தொடு வர்மம்

தொடு வர்மம்

பா. ராகவன்

Thodu Varmam
Author's Name: Pa Raghavan

Published by Ezutthu Prachuram

Ezutthu Prachuram
(An imprint of Zero Degree Publishing)
No. 55(7), R Block, 6th Avenue,
Anna Nagar,
Chennai - 600 040

Website: www.zerodegreepublishing.com
E Mail id: zerodegreepublishing@gmail.com
Phone: 89250 61999

Ezutthu Prachuram First Edition: October 2022
ISBN: 978-93-93882-73-8
TITLE NO EP: 377

Cover Design: Rajan PR
Layout: Vijayan

அன்புடன்
நண்பர் பேயோனுக்கு

இது

இந்தக் கட்டுரைகளை மொத்தமாகப் படித்துப் பார்க்கும்போது ஒன்று புரிகிறது. வாழ்க்கையில் நான் அதிகமாக கவனிப்பது என்னைத்தான். நிலைக் கண்ணாடியின் முன்னால் நின்று அழகு பார்த்துக்கொள்வதற்குச் சற்றும் குறைந்ததல்ல இது. ஒரு வருத்தம் இருக்கிறது. என்னைக் கவனிப்பதில்தான் இவ்வளவு நேரம் செலவிடுகிறேன். ரமணர் சொல்வது போலக் கொஞ்சம் உள் பக்கமாகவும் பார்க்க முயற்சி செய்திருக்கலாம். ஞானம் போன்ற ஏதாவது கிடைத்திருக்கும். எங்கே முடிகிறது?

இக்கட்டுரைகளில் கருப்பொருளாக வரும் நானும், அதைக் கவனித்து எழுதும் நானும் உண்மையிலேயே வேறு வேறு நபர்கள்தான் என்று தோன்றுகிறது. கருப்பொருளாக இருப்பவன் பரம அயோக்கியன். கவனித்து எழுதுபவன் சிறிது யோக்கியவான்.

இந்தத் தெளிவு ஒன்றுதான் இதுவரை பெற்றதன் சாரம். இனி இது உங்களுக்கு.

- பா. ராகவன்

பொருளடக்கம்

குறுகத் தரித்தல்

எனக்கு எதுவும் எளிதாக இருக்கவேண்டும். கண்ணை உறுத்தக்கூடிய எதையும் என்னால் ஏற்க இயலவில்லை. நிறங்களானாலும் சரி. பொருள்களானாலும் சரி. வடிவமைப்பானாலும் சரி. நுணுக்கங்கள் வெளியே தெரியக்கூடாது என்பது எண்ணம்.

இதனை எழுதிக்கொண்டிருக்கும் மென்பொருளை உதாரணமாகக் காட்டுகிறேன். *bold, italic, rich text, align left, align right, view options* உள்ளிட்ட எந்த அலங்காரங்களும் என் கண்ணில் படக்கூடாது. அப்படி அவை தென்பட்டால் எனக்கு இதில் வேலை செய்ய வராது. இதன் காரணத்தாலேயே நான் மைக்ரோசாஃப்ட் வேர்ட், பேஜஸ் போன்ற மென்பொருள்களைப் பயன்படுத்துவதைத் தவிர்க்கிறேன். நோட்பேடினும் எளிமையான *write room* என்ற மென்பொருளில் எழுதுகிறேன். கையால் எழுதிக்கொண்டிருந்த நாள்களில்கூட கோடு போட்ட பேப்பரில் எனக்கு எழுதுவது சிரமம். பள்ளிக்கூட நாள்களில் கோடில்லா நோட்டுப் புத்தகங்களைத்தான்

பெரும்பாலும் பயன்படுத்தியிருக்கிறேன் என்பது நினைவுக்கு வருகிறது.

எழுதுவதில் மட்டும்தான் இப்பிரச்னை என்றில்லை. எல்லாவற்றிலுமே. உதாரணமாக என்னால் சில பதிப்பகங்களின் புத்தங்களை இரண்டு பக்கங்களுக்கு மேல் படிக்க முடியாது. ஒவ்வொரு பக்கத்திலும் மிகச் சிறு அளவிலேனும் ஏதாவதொரு அலங்காரம் இருக்கும். ஒன்றுமில்லாவிட்டால் ஒரு கோடாவது கிழித்திருக்கும். பக்க எண்களுக்குக்கூட அலங்காரம் செய்வார்கள். அவர்களை நான் குறை சொல்ல மாட்டேன். என் பிரச்னை இது.

ஓர் இணையத் தளத்தைத் திறந்தால் சரி பாதி அளவுக்கு வெண்ணிடம் இருக்கவேண்டும் என்று விரும்புவேன். கொசகொசவென்று கட்டங்கள் போட்டு, நிறைய பொத்தான்கள் வைத்து, குறுக்கும் நெடுக்கும் ஸ்கிரால் ஓடும் இணையத்தளங்களைத் திறக்கவே மாட்டேன். அதிலும் பாப்-அப் வரும் இணையத் தளங்களென்றால் தலை வைத்தும் படுப்பதில்லை.

மிக எளிய, சிறிய கோடுகளில் கச்சிதமாக எதையும் கொண்டுவந்துவிடும் ஓவியர்களை எப்போதும் வியக்கிறேன். பாலைவன லாந்தரின் புதிய புத்தகத்துக்கு (ஓநாய்) சந்தோஷ் நாராயணன் வரைந்திருந்த அட்டைப்படம் ஒன்றைப் பார்த்தேன். எவ்வளவு எளிமை! மிகச் சிறு வரிகளில் அவரால் ஓர் உணர்வைக் கொண்டு வந்து நிறுத்திவிட முடிகிறது. கலையின் ஆகப்பெரிய சவால் என்பது அதன் சுருக்கத்தில்தான் உள்ளது.

உணவகங்களுக்குச் சென்றால் எனக்கு பரோட்டா சாப்பிடப் பிடிக்கும். ஆனால் அதன் அடர்த்தி என்னை

அச்சுறுத்தும். லேயர் லேயராகப் பிரித்துச் சாப்பிடவே விரும்புவேன். அப்படிப் பிரிக்க வரும்விதமாக பரோட்டா கிடைக்கும் உணவகங்களில் மட்டுமே அதனை முயற்சி செய்வேன். வேறெங்காவது சென்றால் இட்லி அல்லது தோசை என்று சொல்லி விடுவேன்.

இலக்கியம் படிக்கத் தொடங்கிய ஆரம்ப நாள்களில் லாசராவும் ஜானகிராமனும்தான் மனத்துக்கு நெருக்கமான எழுத்தாளர்களாக இருந்தார்கள். அவர்களிடம் இருந்து அசோகமித்திரனுக்கும் சுராவுக்கும் நகர்ந்து வந்ததற்கே இந்த மனநிலைதான் காரணம் என்று இப்போது தோன்றுகிறது. கனமோ ஆழமோ ஒரு பிரச்னையே அல்ல. ஆனால் அது கண்ணில் படக்கூடாது. இதனால்தான் இப்போதும் ருஷ்டியைவிட முரகாமி; முரகாமியைவிட பாமுக் என்று சட்டென்று மனம் தாவிப்போய் விடுகிறது.

சிறு ஓய்வுப் பொழுதுகளில் ஆஸ்வல்ட், டோரிமான் போன்ற கார்ட்டூன் படங்களைப் பார்க்கிறேன். பாவனைகளோ ஜோடனைகளோ அற்ற எளிய அற்புத யதார்த்தம். ஒரு ஆக்டோபஸும் பெங்குவினும் எப்படிப் பழகும் என்ற கேள்விக்கே இடமில்லை. அவை ஓர் அழகிய நகரத்தில் வசிப்பது எப்படி என்ற வினா என்றுமே வந்ததில்லை. டோரிமானின் பேட்டரி வலுவிழந்து போவதற்குள் நோபிடா அவன் உடலுக்குள் ஒரு நீண்ட பயணம் மேற்கொண்டு பிரச்னையைத் தீர்த்துவிட்டு வெளியே வந்து விடுவது மிகுந்த ஆசுவாசம் தரவே செய்கிறது. டோரிமான் ஒரு ரோபோ என்றும் நோபிடா ஒரு சிறுவன் என்றும் நம்பவே செய்கிறேன். இரண்டுமே கார்ட்டூன்கள் என்ற எண்ணம் வருவதில்லை.

வாழ்வின் ஆகப்பெரிய அற்புதம் என்பது நம்பற்கரிய எளிமையும் சுருக்கமும்தான். இந்த மொத்தக் குறிப்பையும் ஒரு வரியில் சொல்லிவிட முடிந்தால் என்னைப் பாராட்டிக்கொள்ள ஒரு சந்தர்ப்பம் கிடைத்திருக்கும்.

போக முடியாத தேசம்

நீ போக விரும்பும் வெளிநாடு எது என்னும் வினாவை என் மகள் பலமுறை கேட்டிருக்கிறாள். ஒவ்வொரு முறையும் நான் சொல்லும் பதில், சோவியத் ரஷ்யா.

அவளுக்கு சோவியத் தெரியாது. அது எப்படி இறந்தது என்று தெரியாது. இப்போதைய ரஷ்யாவின்மீது எனக்கு ஆர்வமில்லை என்பதையும் சொல்லியிருக்கிறேன். இருந்தாலும் இக்கேள்வி திரும்பத் திரும்ப வரும். நான் என்றுமே செல்ல வாய்ப்பில்லாத அக்கற்பனை தேசத்தை மீண்டும் மீண்டும் நினைவுகூர்வேன். ஒரே காரணம்தான். அவளுக்கு நான் விவரிக்கும் சோவியத் நிலக் காட்சிகளைக் கேட்கப் பிடிக்கும். எனக்கு அதைச் சொல்லும்போதே மானசீகத்தில் அங்கே போய்வரப் பிடிக்கும்.

ஒரு மாபெரும் தேசத்தை மனத்துக்குள் அவரவர் கற்பனைத் திறனுக்கேற்ப வடிவமைத்துக்கொண்டு

அங்கே வாழ்ந்து பார்க்க வைப்பது எளிதல்ல. நானறிந்து சோவியத் எழுத்தாளர்கள் மட்டும்தான் அதை சாதித்திருக்கிறார்கள். வாசிக்கத் தொடங்கிய நாள்களில் தல்ஸ்தோய், தஸ்தயெவ்ஸ்கி, துர்க்கனேவ், செகாவ், கார்க்கி, பாஸ்தர்நாக், நபக்கொவ் போன்றவர்களெல்லாம் எனக்கு உடன் படிக்கும் மாணவர்களின் அளவுக்கே நெருக்கமானவர்களாக இருந்தார்கள். ஒரு நான்கு பக்கமாவது ஏதாவதொரு ரஷ்ய நாவலைப் படிக்காத நாள், நாளே அல்ல. ஒரு கட்டத்தில் அது ஒரு பெரும் போதையானது.

ஏனெனில், ரஷ்ய நாவல்கள் காட்டிய நிலவியலும் வாழ்வியலும் கதை என்பதைத் தாண்டி ஒரு தேசத்தின் ரகசிய வரைபடமாகவே நினைவில் சென்று தங்கும். அந்தப் பனிப் பொழிவு. அந்தப் பெண்களின் பேரழகு. கூட்டுப் பண்ணை விவசாயிகளின் கடின உழைப்பு. ஆட்டம் பாட்டம் கொண்டாட்டங்கள். பிரபுக்களின் அட்டகாசங்கள். நீங்கள் எந்த ரஷ்ய எழுத்தாளரை வேண்டுமானாலும் திரும்ப எடுத்து வாசித்துப் பாருங்கள். ஒரு பெண்ணை வர்ணித்து ஒரு பத்தி வருமானால் உடனே நிலத்தை வர்ணிப்பார்கள். நிலத்தைக் குறித்துப் பேசி முடிக்கும்போதே மன்னராட்சியின் மீதான விமரிசனம் ஒன்று வரும். ஒரு பக்கம் நகர்த்தினால், இரவு வீடடைந்து காடா விளக்கு வெளிச்சத்தில் இரண்டு ரொட்டிகளைத் தின்றுவிட்டு உடனே கிளம்பிச் சென்று தோழர்களுடன் நிலவறையில் புரட்சிக்கான திட்டம் தீட்டும் வீரக் கதாநாயகர்கள் வருவார்கள். புரட்சித் திட்டங்களுக்கோ, ராஜதுரோகச் செயல்பாடுகளுக்கோ நான் படித்த ரஷ்ய நாவல்களில் வரும் தாய்மார்கள் மறுப்பே சொன்னதில்லை. என் அம்மா மட்டும் ஏன் எப்போது பார்த்தாலும் படி படி என்று உயிரெடுக்கிறாள் என்று பள்ளி

நாள்களில் மிகவும் ஏங்குவேன். எப்படியாவது சோவியத்துக்குச் சென்று ஏதாவது ஒரு புரட்சிக் குழுவில் சேர்ந்துவிட வேண்டும் என்று துடிப்பேன். அன்று என்னால் முடிந்ததெல்லாம், புரட்சியில் சேர விரும்பி முன்னேற்றப் பதிப்பகத்துக்குக் கடிதங்கள் எழுதி வைத்துக்கொண்டு ரா. கிருஷ்ணையாவின் முகவரி கிடைக்குமா என்று பார்ப்போரிடமெல்லாம் கேட்டுக்கொண்டிருந்தது மட்டும்தான்.

சோவியத் இறந்ததுடன் முன்னேற்றப் பதிப்பகம் இறந்துவிட்டது. ரஷ்ய நாவல்களின் வரத்து குறைந்துவிட்டது. இப்போது சில பதிப்பகங்கள் முக்கியமான நாவல்களை மொழியாக்கம் செய்து பிரசுரிக்கின்றன. ஆனால் அவை எதுவுமே முன்னேற்றப் பதிப்பகம் வெளியிட்ட ரா. கிருஷ்ணையா மொழியாக்கங்கள் அளித்த பரவசத்தைத் தருவதில்லை. சில நாவல்களில் ரஷ்ய ஓவியர்கள் வரைந்த ஓவியங்களும் இருக்கும். கறுப்பு வெள்ளைதான் என்றாலும் பார்த்த கணத்திலேயே கடவுச் சீட்டுத் தேவைகள் இல்லாமல் நம்மைத் தூக்கி பீட்டர்ஸ்பர்க்கில் போட்டுவிடும்.

என்னிடம் ஏராளமான ரஷ்ய நாவல்கள் இருந்தன. ஒவ்வொன்றையும் குறைந்தது இரண்டு முறையாவது படித்திருப்பேன். யார் யாரோ எடுத்துச் சென்றது போக இன்று மிஞ்சியிருப்பது இரண்டு மூன்று நாவல்கள்தாம். யாராவது பழைய முன்னேற்றப் பதிப்பக வெளியீடுகளை மொத்தமாகக் கொடுத்தால் வணங்கி, வாங்கிக் கொள்ளத் தயாராக இருக்கிறேன்.

உதிரிகளின் பண்ணை

உறவினர்களைப் பற்றி உயர்வான அபிப்பிராயம் வைத்திருக்கும் ஒரு சென்னைவாசியைக்கூட நான் கண்டதில்லை. என்னையும் சேர்த்தேதான் சொல்லத் தோன்றுகிறது. என் நண்பர்களில் பலபேர் மதுரைக்காரர்கள். சிலர் திருநெல்வேலிக்காரர்கள். திருச்சிப் பக்கம் சிலர் இருக்கிறார்கள். இவர்களில் யாரும் தமது உறவினர்களைக் குறித்து எதிர்மறையாக என்னிடம் ஏதும் சொன்னதில்லை. மாறாக தாய்மாமன், அத்தை, சித்தப்பா, பங்காளி உறவு முறையில் உள்ளவர்களைப் பற்றிப் பல சமயம் பெருமையுடன் பேசக் கேட்டிருக்கிறேன். எனக்கு அதெல்லாம் வினோதமாக இருக்கும்.

காரணம், மிகப்பெரிய உறவினர் படை உள்ள நான் அவர்களில் யாருடனும் நெருங்கிப் பழகியதில்லை. அதற்கான சந்தர்ப்பமோ தேவையோ வந்ததில்லை என்பது எளிய, தப்பித்தல் காரணம்தான். அடிப்படையில் உறவினர்களின் மீதான அச்சம் எனக்கு உண்டு என்று நினைக்கிறேன். ஒரு ஹரிக்கேன்

விளக்கை உடைத்துவிட்ட காரணத்துக்காகப் பாட்டி தன்னைத் துரத்தித் துரத்தி அடிக்க வந்தாள் என்றொரு கதையை அம்மா என் சிறு வயதில் சொல்லியிருக்கிறாள்.காட்சி ரூபமாக அந்தக் கதை என் மனத்தில் ஆழமாகப் பதிந்தது. நினைவு தெரிந்து நான் என் பாட்டியை மதித்ததே இல்லை. எண்பது வயதில் அவர் இறந்தபோது அழவும் இல்லை.

பாட்டிக்கு இறந்தவை போக மூன்று பிள்ளைகள், மூன்று பெண்கள். என் தந்தை அவருக்கு மூன்றாவது மகன். உத்தியோக நிமித்தமாக அவர் வெளியூர்களிலேயே சுற்றிக்கொண்டிருந்துவிட்டதால் பாட்டி வீட்டுத் தொடர்பு எனக்கு அதிகம் இருந்ததில்லை. மாதம் ஒருமுறை சைதாப்பேட்டையில் உள்ள பெரியப்பா வீட்டுக்குப் போவோம். பாட்டி பெரியப்பாவுடன்தான் இருந்தார். அனைத்து உறவினர்களும் அங்கே வருவார்கள். பண்டிகைகளைச் சேர்ந்தேதான் கொண்டாடுவார்கள். பாட்டி அப்போது என் அம்மா உள்ளிட்ட மருமகள்களுக்கு மாமியாராக அல்லாமல் அனைவருக்குமே ஒரு பாட்டியாக மட்டும் இருந்தார். அனைவரிடமும் அன்பாகப் பேசுவார். குழந்தைகளை அவ்வளவு கொண்டாடுவார். இருந்தாலும் நான் நெருங்கியதில்லை. பாட்டியுடன் நெருக்கமாக இருந்த காரணத்தினாலேயே மற்ற உறவினர்களிடம் இருந்தும் விலகிப் போனேன். பிறகு அது பழகிவிட்டது.

இது தந்தை வழி உறவின் நிலை. தாய் வழியிலும் எனக்கு ஏராளமான உறவினர்கள் உண்டு. மூன்று மாமன்கள், நான்கு சித்திகள். அவரவர் வாரிசுகள் என்று மொத்தமாக எண்ணினால் ஒரு முப்பது உருப்படி தேறும். இங்கே வேறொரு சிக்கல்

இருந்தது. என் அம்மா வழிப் பாட்டி, தனது இரண்டாவது மகனைத் தனது அண்ணனுக்கே தத்துக் கொடுத்திருந்தார். வாரிசில்லாத, நான் பார்த்திராத அந்தக் கிழவனார் தனது தத்துப் பிள்ளைக்கு நிறைய சொத்துகளை விட்டுச் சென்றிருந்தார். அந்தச் சொத்தில் பங்கு கேட்டு சகோதர சகோதரிகள் அங்கே அடித்துக் கொண்டதன் தொடர்ச்சியாகக் குடும்பத்தில் இரண்டு கட்சிகள் உருவாகியிருந்தன. இதில் யாரும் எந்தக் கட்சியிலும் நிரந்தரமாக இருக்க மாட்டார்கள். திடீர் திடீரென இரு தரப்பு ஆட்களும் இடம் மாறி நின்று பேசுவார்கள். வம்பே வேண்டாம் என்று என் தந்தை அந்தப் பக்கம் போவதையே பெரும்பாலும் குறைத்துக்கொண்டார். அவர் போகாததால் நானும் போனதில்லை. போனது அதிகமில்லை என்பதால் நெருக்கமும் இல்லாமல் போனது.

ஆனால் இந்த இரு தரப்பு உறவுகள் அனைத்தும் எங்கள் வீட்டைத் தேடி வந்த தருணம் ஒன்று உண்டு. அது நான் கல்லூரிப் படிப்பில் தோல்வியடைந்து, வேலைக்குப் போவதாகச் சொல்லிவிட்டு ஊரைச் சுற்றிக்கொண்டிருந்த நாளில் நிகழ்ந்தது. ஒருவர் விடாமல் என் அம்மாவிடம் என்னைக் குறித்துத் துக்கம் கேட்பார்கள். வெளியே பார்த்தால் கேட்பார்கள். வீட்டுக்கு வந்தும் கேட்பார்கள். திருமணம் போன்ற விசேடங்களுக்குப் போக நேர்ந்தால் அங்கும் இதைப் பற்றியே பேசுவார்கள். இதனாலேயே என் அம்மா குடும்ப நிகழ்ச்சிகளைத் தவிர்க்க ஆரம்பித்தார். அப்போது நாங்கள் எங்கள் பெரியப்பா குடும்பத்துடன் இணைந்து கூட்டுக் குடித்தனத்தில் இருந்தோம். அம்மா வம்படியாக ஏதேதோ கதை சொல்லி பெரியப்பா குடும்பத்தைப் பிரித்து அனுப்பிவைத்தாள்.

இப்போது எண்ணிப் பார்க்கிறேன். மிக நிச்சயமாக அது என்னால் நிகழ்ந்த துயரம்தான். ஆனால் ஒரு துயரத்தைத் திருவிழாவாக்கும் மனநிலையில் இருந்த உறவினர்களைவிட ஒன்றும் அம்மா அன்று மோசமாக நடந்துகொண்டுவிடவில்லை.

காரணங்களைக் கண்டுபிடிப்பது அர்த்தமற்ற செயல். எப்படியோ உறவினர்களிடம் இருந்து விலகி நிற்கத் தொடங்கிவிட்டேன். எப்போதாவது சந்திக்க நேர்ந்தால் உரையாடல் தொடங்கும்போதே நைந்து போய்விடுகிறது.இரண்டாம், மூன்றாம் தலைமுறையினரின் பெயர்கள் நினைவில் இல்லை. யாருக்கு எத்தனைக் குழந்தைகள், எது யாருடைய குழந்தை என்பதெல்லாம் எப்போதுமே குழப்பம் தருகின்றன.

இது எதுவும் பெருமைக்குரியதோ, சிறுமைக்குரியதோ அல்ல. தேவைகளே உறவுகளைத் தீர்மானிக்கும் என்று ஆகிப் பலகாலம் ஆகிவிட்டது. உறவு தேவையா இல்லையா என்பதே அதன் தொடர்ச்சிதான். எனக்குச் சில நண்பர்கள் இருக்கிறார்கள். எப்போதாவது பேசிக்கொள்வோம். தெரிந்தவர்கள் சிலர் இருக்கிறார்கள். பார்க்கும்போது ஒரு ஹலோ சொல்வோம். வெறும் புன்னகையுடன் கடக்கும் நபர்கள் அதிகம். முகம் மட்டும் தெரியும் என்று பொருள்.ஃபேஸ்புக்கில், வாட்சப்பில் சிலருடன் உரையாடுகிறேன். உரையாடல் இல்லாவிட்டாலும் சிலர் எழுதுவதை ரசிக்கிறேன். அபூர்வமாகச் சிலரை மெசஞ்சரில் அழைத்து நன்றாக எழுதியிருந்தீர்கள் என்று சொல்கிறேன். ஓரிருவரிடம் மட்டும் மோசமாக எழுதுவதையும் சுட்டிக் காட்டுகிறேன். நான் மோசமாக எழுதும்போது சுட்டிக்காட்டவும் ஓரிருவர் இருக்கிறார்கள். மற்றபடி எனக்கு நடக்கும்

எதற்கும் அல்லது அவர்களுக்கு நிகழும் எதற்கும் இரு தரப்பும் எப்போதும் பொறுப்பாவதில்லை. தெரியும். அவ்வளவுதான்.

இப்போதெல்லாம் மனித குலமே உதிரிகளின் பண்ணை என்றுதான் தோன்றுகிறது. அது இல்லை என்றாலும் நான் உதிரி.

இருவர்

வ. உ. சிதம்பரம் பிள்ளையின் 'பாரதிக்கும் எனக்கும் பழக்கம்' என்ற புத்தகத்தைப் படித்ததில் இருந்து பித்தாகிக் கிடக்கிறேன். பிள்ளை இதனை எந்த வருடம் எழுதினார் என்ற குறிப்பு இந்நூலில் இல்லை. அவர் 18.11.1936ல் மறைந்தார். எனவே 1935க்கு முன்பு எழுதப்பட்ட புத்தகம் என்று வைத்துக்கொள்ளலாம். இன்றைக்கு எண்பத்தைந்து வருடங்களுக்கு முன்னர் எழுதப்பட்ட இந்நூல், நேற்று எழுதப்பட்டது போன்ற தெளிவும் எளிமையும் கொண்டிருப்பது திரும்பத் திரும்ப வியப்பளிக்கிறது. ஒரு சொல்கூட இன்று வழக்கில் இல்லாமல் இல்லை. ஒரு சொற்றொடர்கூடப் புரியாமல் இல்லை. புரிவது மட்டுமல்ல. வ.உ.சியின் மொழிநடை பல இடங்களில் ஏக்கமுறச் செய்யும் அளவுக்குப் பிரமாதமாக இருக்கிறது. மொழியின்மீது இம்மனிதருக்கு எப்பேர்ப்பட்ட ஆளுமை இருந்திருக்கிறது!

பாரதியுடன் பழகியவர்கள் அவரைக் குறித்து எழுதிய பெரும்பாலானவற்றை வாசித்திருக்கிறேன்.

வ.ராவுடையது,யதுகிரி அம்மாளுடையது இரண்டும் சிறப்பான வரலாற்றுப் பதிவுகள். சுவாரசியமானவையும்கூட. ஆனால் ஒரு வரலாறாக மட்டுமே அவை நிற்கும். வ.உ.சியின் இச்சிறு நூல், பாரதி என்ற காலஞ்சென்ற கவிஞனைத் திரும்ப உயிர் கொடுத்து இழுத்து வந்து நிறுத்தி நடமாட வைத்து, பேச வைத்துக் காட்டும் பெரும் வித்தையைச் செய்கிறது. அவர்களுக்குள் மாமன், மச்சான் என்று பேசிக்கொள்ளும் நெருக்கம் இருந்திருக்கிறது. இந்நெருக்கம், அரசியல் ரீதியில் அவர்களுக்கு இருந்த ஒத்த கருத்தால் உருவாகியிருக்கிறது. என்னதான் இரு தரப்புத் தந்தையர் காலத்தில் இருந்து அறிந்த குடும்பங்கள் என்றாலும் கருத்தொற்றுமையே அவர்களை நெருக்கமாகப் பிணைத்திருக்கிறது. இந்த நெருக்கம் தரும் சௌகரியமே சங்கடத்துக்குரிய செய்திகளைக் கூட மிகவும் அநாயாசமாக விவரித்துக்கொண்டு போக உதவுகிறது.

ஓர் எடுத்துக்காட்டு -

"மாலை சுமார் 3 மணிக்கு அவர்களிருவரும் பேயிரைச்சலிட்டு வார்த்தையாடிக்கொண்டிருப் பதைக் கேட்டு நான் விழித்துக்கொண்டேன். ஒரு சிறு ‘அமிருதாஞ்சன்’ டப்பாவிலிருந்து ஏதோ ஒரு லேகியத்தை எடுத்து ஆளுக்கு ஒரு எலுமிச்சங்காய் அளவு வாயில் போட்டுக்கொண்டனர். அவர்கள் கொம்மாளம் அதிகமாயிற்று. " அது என்ன மாமா?" எனக் கேட்டேன். “அதுவா, மோக்ஷலோகத்திற்குக் கொண்டுபோகும் ஜீவாம்ருதம்” என்றார் மாமா. எனக்கு விஷயம் விளங்கிவிட்டது. “அட, பாவிகளா! எலுமிச்சங்காய் அளவா? நீங்கள் நாசமா...” “எல்லாம் உனக்குப் பயந்துதான் இந்தச் சிறிய அளவு. இல்லாவிட்டால்...” என்று சாமியார் முதுகில் ஒரு அடி

கொடுத்துக்கொண்டே மாமா வெறி பிடித்தவர் மாதிரி சிரித்தார். மாமாவின் மாற்றத்திற்கு இம்மருந்துதான் காரணம் என்று நிச்சயமாய்த் தெரிந்துவிட்டது."

அந்தச் சாமியார் குள்ளச் சித்தன் என்று பாரதியால் குறிப்பிடப்படும் நபர் என்பதும் அந்த எலுமிச்சங்காய் அளவு லேகியம் என்பது கஞ்சாவோ அபினோ என்பதும் எளிதில் புரிந்திருக்கும். நான் சுட்டிக்காட்ட விரும்புவது வேறு. பிள்ளையின் மொழியைக் கவனியுங்கள். மூன்று சொற்களை அவர் மிகச் சரியான இடங்களில் தூவுகிறார். 1) பேயிரைச்சல் 2) கொம்மாளம் 3) அடப் பாவிகளா

உச்ச போதையில் இரண்டு பேர் புரியும் ஆரவாரங்களை, அட்டகாசங்களை வெறும் மூன்று சொற்களைக் கொண்டு கண் முன்னால் கொண்டு வந்து நிறுத்திவிட முடிகிறது அவரால். பாரதியின் இச்செயல் தனக்குப் பிடிக்கவில்லை என்பதை தனிச் சொல்லே இல்லாமல் உட்பொருளாக உணர்த்திவிடுகிறார். எழுத்து லாகவம் என்றால் இதுதான்.

சூரத் காங்கிரஸ் மாநாட்டில் மிதவாதிகள் தரப்பினர் நடந்துகொண்ட விதத்தைக் குறித்து ஓர் அத்தியாயம் எழுதுகிறார்.திலகர், அரவிந்தர், பாரதி போன்றவர்களை அவமரியாதை செய்யும் விதத்தில் ராஷ் பிகாரி கோஷ் எழுதி வாசித்த உரையையும் அதனை எதிர்த்து எதிர்த் தரப்பினர் மேற்கொண்ட நடவடிக்கையினையும் குறித்த அத்தியாயம். இந்த அத்தியாயத்தில் ஓரிடத்தை மிகவும் ரசித்தேன். 'அப்போது நடைமுறையில் இருந்த காங்கிரஸ் மகாசபையின் விதிப்படி....' என்று எழுதிக்கொண்டு போகும் பிள்ளை, 'நடைமுறை' என்ற வெகுஜன

சொல் எங்கே புரியாமல் போய்விடப் போகிறதோ என்று அடைப்புக் குறிக்குள் அமலில் என்ற பண்டைய பிரயோகத்தைச் சேர்க்கிறார். எண்பத்தைந்து வருடங்களுக்கு முன்னர்!

திலகரைக் குறித்து எழுதும் இடத்தில் இப்படி ஒரு பத்தி உள்ளது:

"திலகருக்கும் ஏனைய தலைவர்களுக்கும் உள்ள வித்தியாசம் ஒன்றை இங்குக் குறிப்பிட வேண்டியது அவசியம் என நினைக்கிறேன். (இது இக்காலக் காங்கிரஸ் தலைவர்களது கண்ணிலும் படுவதாக!) அவர் எக்காரியத்தைச் செய்ய விரும்பினாலும், அக்காரியத்தைப்பற்றி முதலில் தம்முடைய சிஷ்யர்களைக் கலந்து ஆலோசனை செய்வார். தமது கருத்தும், அவர்களது அபிப்பிராயமும் மாறுபடுமாயினும் தமது அபிப்பிராயத்திற்கு அனுசரணையான விஷயங்களையெல்லாம் காரண காரியத்தோடு எடுத்துச்சொல்லி விவாதிப்பார். தமது அபிப்பிராயம் அவர்களால் நிராகரிக்கப்படுமாயின், தமது சிஷ்யர்களின் அபிப்பிராயப்படியே முடிவு செய்வித்து அதனையே தாம் முன்னின்று முடிப்பார்."

இக்கால காங்கிரஸ் தலைவர்கள் கண்ணில் படுவதாக என்று அன்றே வ.உ.சி சொல்லியிருக்கிறார். இக்காலத்துக்கும் இது பொருந்தும் அல்லவா? காங்கிரஸ்காரர்களுக்கு மட்டுமல்லாமல் அத்தனைக் கட்சிக்காரர்களுக்குமே.

இந்தளவு ஒரு புத்தகத்தில் ஊறித் திளைத்து நான் வாசித்து வெகுகாலம் ஆகிவிட்டது. மொழி ஆளுமை என்றால் என்னவென்று தெரிந்துகொள்ள விரும்புவோருக்கு இதைவிட ஓர் எளிய உதாரண நூல் இருக்க முடியாது.

கடக்க முடியாத கட்டம்

நவீன வாழ்க்கை விடுக்கும் சவால்களில் மிக மோசமானதென்று நான் கருதுவது பாஸ்வர்டுகளை நினைவில் வைத்துக்கொள்வதுதான். பாஸ்வர்ட் மேனேஜர்கள், அனைத்துக்கும் ஒரே பாஸ்வர்ட், ஒரே பாஸ்வர்டின் பல்வேறு வித வெளிப்பாடுகள், இயந்திர உற்பத்தி பாஸ்வர்டுகள், ஒவ்வொரு முறையும் *forgot password* போட்டுப் புதிய பாஸ்வர்ட் பெறுதல் உள்ளிட்ட அனைத்து சாத்தியங்களிலும் முயற்சி செய்து சலித்துப்போன அனுபவத்தில் இதனை எழுதுகிறேன். குறிப்பாக, அரசுத் துறை சார்ந்த எந்த ஓர் இணையத்தளத்திலும் இதுவரை முதல் முயற்சியில் நான் உள்ளே நுழைந்ததில்லை. அதிலும் குறிப்பாக ஆண்டுக்கொரு முறை மட்டுமே பயன்படுத்த வேண்டி வரும் வண்டிகள் மற்றும் வாழ்க்கைக்கான காப்பீட்டுத் தளங்கள். இந்தத் தளங்களில் பாஸ்வர்ட் இல்லாமல் புதுப்பிக்க வழி இருக்கும்.ஆனால் நமக்குக் கெட்ட நேரமாக இருந்து பணப்பரிமாற்றம் பிரச்னையாகிவிட்டால் ரசீதுகூட எடுக்க முடியாது.

தோராயமாக ஐம்பது பாஸ்வர்டுகள் நவீன வாழ்க்கைக்குத் தேவைப்படுகின்றன என்று நினைக்கிறேன். இந்த ஐம்பதும் ஒவ்வோர் ஆண்டிலும் குறைந்தது இரண்டு முறையாவது மாற்றம் கோருகின்றன. எல்லா இணையத் தளங்களும் மிகக் கடுமையான, அடுத்தவர் கண்டறிய முடியாதபடிக்குச் சிக்கல் மிகுந்த பாஸ்வர்டுகளையே விரும்புகின்றன. எல்லாமே நம் நல்லதுக்குத்தான். ஆனாலும் அவ்வளவு பாஸ்வர்டுகளையும் கடுமையாக்கி, அனைத்தையும் நினைவில் கொள்வது எப்படி?

மாற்றும் பாஸ்வர்டுகளை எழுதி வைப்பது என்பது ஓர் உத்தி. ஆனால் அது நல்லதல்ல. தவிர ஒவ்வொரு முறை மாற்றும்போதும் கவனமாக எழுதி வைக்கும் அளவுக்கு வாழ்க்கை யாரையும் வெட்டியாக விட்டு வைத்திருப்பதில்லை. மடிக்கணினியே நினைவில் கொள்ளும்தான். பிரவுசர்களும் பாஸ்வர்ட் சேகரிப்பானுடன்தான் வருகின்றன. ஆனால் இந்த *clear cache* திவச மந்திரத்தைக் குறைந்தது மூன்று மாதங்களுக்கு ஒரு முறையாவது பயன்படுத்தவேண்டி ஆகிவிடுகிறது. அப்போது சேகரமான அனைத்தும் போய்விடுகிறது. கவனமாக *saved password* ஆப்ஷனை அன்செக் செய்துவிட்டு மற்றவற்றை மட்டும் சுத்திகரித்து வாஸ்து ஹோமம் செய்வது எளிதில் கை வருவதில்லை.

ஆனால் பாஸ்வர்டுகள் முக்கியம். அவை சிக்கலாக இருப்பது மிகவும் முக்கியம். சிக்கல்களுடன் கூடிய பாஸ்வர்டுகள் நினைவில் இருப்பது அனைத்திலும் முக்கியம். எழுத்தாளன் அவனது வங்கிக் கணக்கு எண்ணைக் கூட நினைவில் வைத்திருப்பது சிரமம் என்று எஸ்ரா எழுதியிருந்தார். அது சத்தியமான சொல். நான் என் வங்கிக் கணக்கு எண்ணை எழுதி

வைத்துத்தான் ஒவ்வொரு முறையும் எடுத்துப் பார்த்துக்கொள்கிறேன். நாலே எண்கள் கொண்ட ஏடிஎம் பின்கூட சமயத்தில் மறந்துவிடுகிறது.

உடனே உங்கள் பிறந்த நாள், உங்கள் மனைவி மகள் பிறந்தநாள் என்று ஆலோசனை தராதீர். அதெல்லாம் பாதுகாப்பற்ற செயல்பாடு.

ஒரு சம்பவம் நினைவுக்கு வருகிறது. முன்பொரு காலத்தில் எழுதிக்கொண்டிருக்கும் புத்தகத்தின் பெயரை மட்டும் பாஸ்வர்டாக வைக்கும் வழக்கத்தை வைத்திருந்தேன். அந்தப் புத்தகம் முடிந்து அடுத்தது தொடங்கும்வரை எனது அனைத்து பாஸ்வர்டுகளும் அது ஒன்றாகவே இருக்கும். அடுத்தப் புத்தகத்தை ஆரம்பித்ததும் பாஸ்வர்டும் மாறிவிடும். உலகில் இப்படி ஒரு யோசனை யாருக்குமே வராது என்று என்னை நானே பாராட்டிக்கொண்டு ஒரு சில வருடங்கள் இப்பழக்கத்தைத் தொடர்ந்தேன்.

அப்போது தமிழ் இணையத்தை உருட்டி மிரட்டிக் கொண்டிருந்த ஒரு ஹைஜாக் பிரகஸ்பதி என் ஜிமெயில் பாஸ்வர்டைக் களவாடி உள்ளே இருந்த அஞ்சல்களையெல்லாம் நாட்டுடைமை ஆக்கப்பட்டுவிட்டது போலப் பிரசுரிக்க ஆரம்பித்துவிட்டார். அப்போதைய என் ஜிமெயில் பாஸ்வர்ட் 'ஹிஸ்புல்லா' என்பதைக்கூடப் பொதுவில் சொல்லி சந்தோஷப்பட்டார். அந்த அக்கவுண்ட்டை அன்று மீட்கப் பட்டபாடு நாய் படாது. (பத்ரிதான் உதவினார்.) அதன்பிறகு என் மொத்த க்ரியேட்டிவிடியையும் பாஸ்வர்ட் உருவாக்குதலுக்குச் செலவிட்டு, அதில் கீழே சிந்தி வீணாவதில் மட்டும்தான் கதைகளே எழுத ஆரம்பித்தேன். இப்படி, எக்கச்சக்கமான கலைத்தன்மையுடன் கூடிய

பாஸ்வர்டுகளை உருவாக்கும்போது அதை நினைவில் வைத்துக்கொள்வது பெரும் சிக்கலாகிவிடுகிறது.

இதையெல்லாம் இப்போது ஏன் சொல்கிறேன் என்றால் ஒரு எல்.ஐ.சி. ப்ரீமியம் கட்டுவதற்காக அந்தத் தளத்தில் சுமார் முக்கால் மணிநேரம் போராடினேன். வேறென்ன. தோற்றுவிட்டு இதனை எழுதுகிறேன். இயற்கையின் விதிப்படி ஏழாவது, எட்டாவது முயற்சியில் எப்படியும் வென்றுவிடுவேன் என்று தெரியும். இடைப்பட்ட நேரத்தில் இளைப்பாற இது.

தொடு வர்மம்

சிறிய அளவிலாவது ஒரு பெரிய காரியத்தைச் செய்து முடித்ததும் வைத்து வணங்க இரு பாதங்கள் கிடைக்காதா என்று மனம் தேடத் தொடங்கும். பாதங்களுக்குப் பஞ்சமில்லை. பொருத்தப்பாடு ஒன்று இருக்கிறது.

அப்பா இருந்தவரை எனக்குப் பிரச்னை இருந்ததில்லை. இதைச் செய்திருக்கிறேன் அப்பா என்று தகவலாகச் சொல்லும்போதே என் மானசீகத்தில் காலடி தென்பட்டுவிடும். உடனே அவர் படிக்கத் தயாராகிவிடுவார். முடித்துவிட்டு, 'நல்லாருக்கு' என்று சொல்லிக்கொண்டே திருப்பிக் கொடுப்பார். (கருத்து ஏதாவது இருந்தால் இரண்டு நாள்களுக்குப் பிறகு வரும்.) அவரது ஆசீர்வாதம் அப்படித்தான் வெளிப்படும். பொலிக பொலிக எழுதிக்கொண்டிருந்தபோது அவரிடம் நடமாட்டம் இல்லாமல் போனது. படுக்கையில்தான் இருந்தார். பேச்சு தொண்ணூறு சதமானம் இல்லாமல் போய்விட்டது. ஆனாலும் ஒருநாளும் விடாமல் அந்தத் தொடரை எப்படியோ படித்துவிடுவார். அவர்

இருந்த நிலையில் அப்போது கருத்தாக ஒன்றும் சொல்லாவிட்டாலும் அவர் படிப்பதே எனக்கு ஆசி என்று நினைத்துக்கொள்வேன். யதி படிக்க அவர் இல்லாமல் போனார்.

அதை எழுதி முடிக்கும்போதுதான் பெரும் குறையாக உணர்ந்தேன். அந்த அபத்தத்தை எப்படிக் கடப்பது என்றே புரியவில்லை. விமரிசனம் - மதிப்புரை இதெல்லாம் எனக்கு ஒன்றுமில்லை. கட்டித் தழுவி, உச்சி மோந்து ஆசியளிக்கப் பிரத்தியேகமாக ஒருவர் இல்லையென்றால் எழுதுவதல்ல; இருப்பதே வீண்.

முன்னாள்களில் திகசி எனக்கு அப்படியொரு ஆசித் தந்தையாக இருந்தார். அவரோ திருநெல்வேலி டவுண். நானோ குரோம்பேட்டை. சந்தித்துக்கொள்வதுகூட வருடங்களுக்கு ஒருமுறை நிகழ்ந்தால் அதிகம். ஆனால் பதினைந்து பைசா தபால் கார்டில் அவர் வாரம்தோறும் என்னை வளர்த்துக்கொண்டு இருப்பார். சிலதெல்லாம் சொன்னால் சிரிப்பாக இருக்கும்.

ஒரு சமயம் சலூனுக்கு முடிவெட்டிக்கொள்ளப் போயிருந்தேன். ஏதோ யோசனை. சிகையலங்காரக் கலைஞர் செய்ததை கவனிக்கவில்லை. அவர் ஏராளமாக வெட்டித் தள்ளி, தலையில் இருந்த அனைத்து முடிகளையும் முள் முள்ளாகக் குதறிவிட்டிருந்தார். மீண்டும் அது மென்மை கொள்ளும் அடர்த்தி அடைய எப்படியும் மூன்று மாதங்களாவது ஆகும்.

சண்டை போட்டு என்ன பயன்? ஒன்றும் சொல்லாமல் வந்துவிட்டேன். ஆனால் வந்ததும் எனக்கு நேர்ந்த அநீதியை விளக்கி திகசிக்கு ஒரு தபால் கார்டு போட்டேன். 'சிறு வயதில் வேறு வழியின்றி அப்பா

சொன்னதற்காக இப்படி முடிவெட்டிக்கொண்டு வருவேன். இப்போது நான் பெரியவனாகிவிட்டேன். ஆனாலும் விதி விடுவேனா என்கிறது. என் தலையைப் பார்க்க எனக்கே பயமாக உள்ளது' என்று அதில் எழுதியிருந்தேன்.

அதற்கு திகசியிடம் இருந்து வந்த பதில்: 'அடடே. குச்சி முடியா? உள்ளங்கையை வைத்துத் தேய்த்தால் சுகமாக இருக்குமே. பைக்கில் போகும்போது அதுவரை காற்றுப் படாத இடமெல்லாம் குளிர்ந்து போய்விடுமே. ஒரு ரகசியம் தெரிந்துகொள். மேற்கிந்திய கிரிக்கெட் வீரர்களுக்குத்தான் நிறைய காதலிகள் உள்ளார்களாம்.' (விவியன் ரிச்சர்ட்ஸ் தலைமையில் மேற்கிந்திய கிரிக்கெட் அணி இந்தியாவுக்கு ஆட வந்திருந்த காலம்.)

மேலோட்டமான பார்வையில் இது ஒரு ஒன்றுமே இல்லாத உரையாடல். என் வருத்தமும் பெரிதல்ல; அவரது பதிலும் மகத்தானதல்ல. இருப்பினும் என் சம்பந்தப்பட்ட ஓர் அற்ப விஷயத்தைக்கூட நான்கு வரி பொருட்படுத்திய மனத்தை எப்படி வகைப்படுத்த?

யதி எழுதி முடித்த சமயம் அதன் முதல் பிரதியைத் தரவும் பெறவும் அவர்கள் இருவருமே இல்லை. அந்த வெறுமையை - சில நிமிடங்கள்தாம் - என்னால் சகிக்கவே முடியவில்லை. அச்சமயம் என்னைக் காப்பாற்றியவர் வண்ணதாசன். யதி அச்சாகி வந்ததும் அவருக்குத்தான் முதலில் அனுப்பினேன். விமரிசனத்துக்கல்ல. மதிப்புரைக்கல்ல. பாராட்டுக்கல்ல. நான் எழுதியிருக்கிறேன் பார் என்று காட்டிக் கொள்வதற்கல்ல. வேண்டியதெல்லாம் ஒரு சிறு ஆசி. அது வெளியான புத்தகக் காட்சி

மைதானத்தில் வைத்து என்னைக் கட்டிப் பிடித்து - கையை விடவேயில்லை - பதினைந்து நிமிடங்கள் இருக்குமா? அத்தனை பெரிய நாவலுக்கு அவ்வளவு நீண்ட ஆசி அவசியம். அங்கே வார்த்தைகளுக்கு வேலையே இல்லை. சொல்லைப் புறந்தள்ளி உணர்ச்சி தனது சுய வடிவில் வெளிப்பட்ட தருணம்.

அந்தத் தொடு வர்மம்தான் இறவானை எழுதி முடிக்க வைத்தது.

மீண்டும் அதே பிரச்னை. அதே வினா. இம்முறை யார் எனக்கு ஆசி அளிக்கப் போகிறார்கள்? சின்னக் குழந்தைகள் பல்பொடி டப்பாவில் புளியங்கொட்டை சேமித்து வைப்பது போல நான் இத்தகைய ஆசிகளைச் சேகரித்துக்கொண்டிருப்பவன். வன்மத்தின் காற்றைக்கூட வாழ்வில் ஒருமுறை சுவாசித்திராத புண்யாத்மாக்களைத் தேடிப்பிடிப்பது மிகவும் சிரமம். ஆசி கிடைப்பது அதைவிட சிரமம்.

இறவான் இன்னும் பத்து நாள்களில் தயாராகிவிடும். முதல் பிரதியை யாரிடம் தருவேன்! எழுதும்போதுகூட நான் இவ்வளவு கவலைப்படவில்லை. முடித்ததில் இருந்து வேறு சிந்தனையே இல்லை.

எனக்கான முறைத் தந்தையை இம்முறை எங்கே பார்க்கப் போகிறேன்?

[இறவான் எழுதி முடித்தபோது எழுதிய குறிப்பு.]

கனவு இல்லம்

சிறு வயது முதல் கனவுகளைத் தின்றே உடல் பருத்துப் போனவன் நான். ஒப்பிட்டால், வயிற்றுக்குத் தின்றதெல்லாம் வெகு சொற்பம். இந்தக் கனவுகள்தாம் நெருக்கடிப் பொழுதுகளில் சோர்வடையாமல் செயலாற்ற வைக்கின்றன. தூக்கிச் சுமப்பது பெரும்பாடு என்றாலும் அந்தச் சுமை அத்தியாவசியமாகிப் போய்விட்டது. யாருக்கு இருக்காது? கனவற்ற ஒரு பிறவி அரிது. கனவுதான் ஒரு புத்தனை உருவாக்கியது. கனவுதான் ஒரு காந்தியைக் கொடுத்தது. கனவின் கர்ப்பம்தான் காலத்தின் அத்தனைப் பாய்ச்சல்களையும் பிரசவித்து வருகிறது.

இருக்கட்டும். நமது கனவுக்கு வருகிறேன். ஒன்றிரண்டல்ல. குறைந்தது நூறாவது தேறும். அனைத்தையும் எழுதக் காணாதென்றாலும் ஒன்றைச் சொல்கிறேன். பதினாறு வயதில் இந்தக் கனவைக் காணத் தொடங்கினேன் என்று நினைக்கிறேன். இன்று வரை இது அலுக்கவில்லை.

வெள்ளை வெளேரென்று ஒரு கட்டடம். அசப்பில் ஒரு புத்த விஹாரம் போன்ற தோற்றமும் முகப்பும் கொண்டது. விசாலமானது. வெண்மையைத் தவிர வேறு எந்த நிறமும் கிடையாது. கூரை, சுவர்கள், தரை அனைத்தும் வெண்மை. ஒரு சொட்டு அழுக்கும் படியாத பரிபூரண வெண்மை. அதன் சன்னல்கள் மிகவும் அகலமானவை. துல்லியமான கண்ணாடிச் சன்னல்கள். நடுவே சட்டகங்கள் கிடையாது. நீள் செவ்வகக் கண்ணாடிகள் மட்டுமே. நல்ல, கனத்த கருங்காலிக் கதவு. அது மட்டும் கரேலென்றிருக்கும். உள்ளே நுழைந்ததும் ஒரு பெரிய ஹால். அது வரவேற்பறை. நல்ல விலை உயர்ந்த ஆசனங்கள் போடப்பட்டிருக்கும். அங்கிருந்தே ஒரு வளைவு மாடிப்படி முளைத்து மேலே ஏறும். குறுகலான மரப்படிகள். கலைவேலைப்பாடுகள்செய்யப்பட்டது. அது சென்று சேரும் உயரத்தில் எனது நூலகம் இருக்கும். அது வீட்டின் சுற்றளவு முழுவதையும் நிரப்பும்படியாக வளைந்து நீண்டிருக்கும். தூசு தும்புகளற்ற சுத்தமான,அமைதியான நூலகம். பல்லாயிரக் கணக்கான புத்தகங்கள் அதில் இருக்கும். ஏறி எடுக்க வசதியாகப் பத்தடிக்கு ஒரு ஏணி பொருத்தப்பட்டிருக்கும். நான் உட்கார்ந்து படிப்பதற்கு ஒரு சாய்வு நாற்காலி. எதிரே ஒரு சிறிய முக்காலி. அதில் கூராகச் சீவிய பென்சில்கள் நான்கைந்து இருக்கும். அது அடிக்கோடு இடுவதற்கு.

நாலடி எழுந்து நடந்தால் அங்கே ஓர் அறை உண்டு. அது நான் எழுதும் அறை. ஒரு மேசையும் நாற்காலியும் இருக்கும். சீராக வெட்டி அடுக்கி வைத்த தூய வெள்ளைத் தாள்களும் ஃப்ளோரஸண்ட் நீலத்தில் வழுவழுவென எழுதக்கூடிய ஒரு மரப் பேனாவும் மட்டும் அதன்மீது இருக்கும். எழுதுமேசைக்கு வலப்புறம் சுருதி கூட்டப்பட்ட

நிலையில் என் வீணை இருக்கும். வீணைக்குச் சற்றுத் தள்ளி ஒரு ஸ்டாண்டின்மீது ஒரு ஹார்மோனியம் வைக்கப்பட்டிருக்கும்.எழுதும்போதுதான் எனக்கு வாசித்துப் பார்க்கும் வெறி ஏற்படும் என்பதால் இந்த ஏற்பாடு.

அந்த எழுதும் அறையின் தனிப்பெரும் சிறப்பு, அதன் கூரை முற்றிலும் கண்ணாடியால் ஆனது என்பது. இரவும் பகலும் வரும்போதும் போகும்போதும் என்னிடம் முதலில் சொல்லிக்கொண்டு செல்ல வேண்டும் என்பது நிபந்தனை. அது வானத்தின் என் பிரத்தியேகச் செவ்வகம். விமானங்கள் அங்கு பறக்க அனுமதி இல்லை.

அந்தக் கண்ணாடிக் கூரை வேய்ந்த அறையில் நான் எழுதிக்கொண்டிருக்கும்போது மழை பெய்வதாகக் கற்பனை செய்துகொள்வது எனக்குப் பிடிக்கும். அண்ணாந்து பார்க்கும்போதெல்லாம் ஆகாயம் அப்போது எனக்காகப் பெய்யும்.மழை நிற்கும் பொழுது காகங்களும் புறாக்களும் அங்கே வந்து அமர்ந்து என்னை வேடிக்கை பார்க்கும். நான் சலிப்புறாமல் எழுதிக்கொண்டே இருப்பேன். சலிக்கும்போது படிப்பேன். அதுவும் சலித்தால் கருவிகளை மீட்டுவேன்.

மாலைப் பொழுதுகளில் என் விஹாரத்தை விடுத்து வெளியே வருவேன். அங்கே என்னைச் சுற்றிப் பச்சைப் பசேலென்று ஒரு பரந்த புல்வெளி இருக்கும். சுற்றிலும் ஒரே சீரான அரையடி உயரத்துக்கு வளர்ந்த பசும்புல் வெளி. புல்வெளியில் சிறிது நடப்பேன். பிறகு மீண்டும் உள்ளே சென்றுவிடுவேன். இரவானால் இசை கேட்பேன். எனக்குப் பிடித்த படே குலாம் அலிகான். எனக்குப் பிடித்த சௌராசியா.

எனக்குப் பிடித்த மாலி. எனக்குப் பிடித்த சூரிய நாராயணா.

இந்தக் கனவை இன்றும் விரும்பி, திரும்பத் திரும்ப நினைத்துக்கொள்கிறேன். இது ஒருவேளை நனவானால் சில மாறுதல்கள் இருக்கும். சீராக வெட்டிய வெள்ளைத் தாள்களின் இடத்தில் ஒரு மக்கிண்டாஷ் கம்ப்யூட்டர் இருக்கும். ஹார்மோனியத்தின் இடத்தில் ஒரு விலைகூடிய ரோலாண்ட் கீ போர்ட் இருக்கும். கேசட்டுகளுக்கும் டேப் ரெக்கார்டருக்கும் பதிலாக நல்ல ஸ்டீரியோ செட்டும் துல்லியமான ஸ்பீக்கர்களும் இருக்கும். வேறு பெரிய மாறுதல்கள் இராது.

பிரசாத் ஸ்டுடியோவில் தான் வசித்த அறையில் ஒரே ஒருநாள் இருந்து தியானம் செய்துவிட்டு வர இளையராஜா நீதி மன்றத்தின் மூலம் அனுமதி கேட்டதாக ஒரு செய்தி கண்டேன். அவர் எண்ணினால் பிரசாத் ஸ்டுடியோவினும் பெரிதாக, சிறந்ததாக ஒரு ஸ்டுடியோவைக் கட்டிக்கொள்ள முடியாதா? ஆனால் வாடகைக்கு இருந்த இடத்தில் அவர் முப்பதாண்டுக் காலம் தனது கனவைப் பயிரிட்டிருக்கிறார். தனது விருப்பத்துக்கேற்ற இடமாக அதனை வடிவமைத்திருக்கிறார். உயிரையும் பயிரையும் இடம் மாற்றி நட்டு வளர்ப்பது எப்படி? சிக்கல். பெரும் சிக்கல்.

இதனால்தான் நான் என் வீட்டிலும் அலுவலகத்திலும் மாறி மாறி வசித்துக்கொண்டும், கனவு விஹாரத்தில் வாழ்ந்துகொண்டும் இருக்கிறேன். வசிப்பிடமும் வாழ்விடமும் வேறாக இருப்பதுதான் நல்லது. குறைந்த பட்சம் எனக்கு.

இயர் புக்

முன்னொரு காலத்தில் மனோரமா இயர்புக் வாங்குவதும் படிப்பதும் எனக்கு மிகுந்த விருப்பத்துக்குரிய செயலாக இருந்தது. எந்த அரசுத் தேர்வோ, வேலை வாய்ப்போ எனக்கு நோக்கமாக இருந்ததில்லை. அதற்குத்தான் அந்தப் புத்தகம் என்று எல்லோரும் சொல்வார்கள். ஆனால் என் பொது அறிவை விருத்தி செய்தே தீருவது என்ற வெறியுடன் வருடம்தோறும் வாங்கி வாசிப்பேன். ஒரு எழுநூறு எண்ணூறு பக்கப் புத்தகத்தை அப்படியே மனத்தில் ஏற்றிக்கொள்வது இயலாத காரியம். குறிப்பாக, என்ன முட்டிக்கொண்டாலும் மாதங்கள், தேதிகள் நினைவில் இருக்காது. ஆனால் முக்கியமான சம்பவங்கள் நினைவில் இருப்பது அவசியம் என்று நினைப்பேன். எனவே இயர்புக்கின் ஒவ்வொரு குறிப்பையும் வாசித்துவிட்டு ஒரு நிமிடம் அதைப் பற்றி யோசிப்பேன். செய்தித் தாளில் அது நிகழ்ந்தபோது படித்தது நினைவில் இருக்கிறதா என்று பார்ப்பேன். அல்லது யாராவது அதைக் குறித்துப் பேசியதை நினைவுகூரப் பார்ப்பேன். குறிப்பிட்ட சம்பவம் பற்றி

என் மனப்பதிவு ஏதாகிலும் இருக்குமானால் அது என்ன என்று கவனிப்பேன். ஆனால், பெரும்பாலான சம்பவங்கள் என் தொடர்பு எல்லைக்கு வெளியில் நிகழ்ந்ததாகவே இருக்கும்.

இத்தனைக்கும் அப்போதெல்லாம் தவறாமல் நாளிதழ்களைப் படிப்பேன். வார, மாத இதழ்களையும் விடுவதில்லை.தமிழில் உள்ளவை தவிர அவுட்லுக், சண்டே என்ற இரண்டு ஆங்கிலப் பத்திரிகைகளையும் தொடர்ந்து வாங்கிப் படித்து வந்தேன். இடையில் சிறிது காலம் தெஹல்கா வாங்கினேன். அது பழைய ஜூனியர் போஸ்ட் வடிவத்தில் இருக்கும். மேல் பார்வைக்கு மிகவும் தீவிரமான இதழைப் போலத் தோன்றும். படித்துப் பார்த்தால் நக்கீரன் போல இருக்கும்.

இதையெல்லாம் வரி விடாமல் படித்தாலும் ஆண்டு முடிவில் வாங்கும் மனோரமா இயர்புக் குறிப்பிடும் பல செய்திகள் நான் அறியாததாகவே இருக்கும். இது எனக்கு மிகுந்த அவமானத்தையும் குற்ற உணர்வையும் அளித்தது. அப்போது நான் பத்திரிகையாளனாகப் பணியாற்றிக்கொண்டிருந்ததால் இக்குற்ற உணர்ச்சியின் வீரியம் சிறிது அதிகமாகவே இருந்தது. பல நாள் தூக்கமே வராது. உலகப் பத்திரிகையாளர்களெல்லாம் ஏதேதோ கண்ணுக்கெட்டாத சிகரங்களில் பணியாற்றிக் கொண்டிருக்கும்போது நான் மட்டும் ஒரு குப்பை மேட்டில் நின்று சூரியனைப் பிடிக்க முயற்சி செய்துகொண்டிருப்பது போலத் தோன்றும். அழுகையே வந்துவிடும்.

1996 பொதுத்தேர்தல் சமயம் செய்தி சேகரிக்கத் தலைநகருக்குச் சென்றிருந்தேன். அங்கிருந்து

உத்தர பிரதேசம், பீகார், மேற்கு வங்காளம், அசாம் வரை சென்றுவிட்டு, திரும்ப கல்கத்தா வந்து ரயில் பிடித்துச் சென்னை திரும்புவது திட்டம். டெல்லியில் அப்போது யுஎன்ஐ செய்தி நிறுவனத்தின் உயரதிகாரியாகப் பணியாற்றிக்கொண்டிருந்த திரு கணபதி மூலமாக நான் செல்ல இருந்த மாநிலங்கள் அனைத்திலும் உள்ள ஒரு சில பத்திரிகையாளர்களின் தொடர்பு கிடைத்தது. அவர்கள் மூலமாகப் பல தலைவர்களை நேரில் சந்திக்கவும் பேசவும் முடிந்தது. கணபதியின் நேரடி உதவி மூலமாக சந்திரசேகர், விபி சிங் போன்றோரை டெல்லியிலேயே சந்தித்தேன்.

அந்நாள்களில் நான் சுற்றுப்பயணம் மேற்கொண்ட வட இந்திய மாநிலங்களில் சந்தித்த பத்திரிகையாளர்கள் அனைவரும் என்னைக் காட்டிலும் விவரம் அறிந்தவர்களாக இருந்தார்கள். முந்தைய தேர்தல், அதற்கு முந்தைய தேர்தல், இடைத்தேர்தல்கள், எங்கே யார் கூட்டணி, எந்தக் கூட்டணிக்கு எவ்வளவு வாக்குகள், எது ஜாதி ஓட்டு, எது காசு ஓட்டு, எது கள்ள ஓட்டு என்று விரல் நுனியில் தகவல் வைத்துக்கொண்டு அள்ளி வீசினார்கள். உண்மையிலேயே பிரமிப்பாகவும் பயமாகவும் இருந்தது. என்ன செய்தால் நானும் அவர்களைப் போன்ற தகவல் களஞ்சியப் பத்திரிகையாளன் ஆகலாம் என்று புரியவில்லை. சென்னை திரும்பிய பிறகு நான் சேகரித்த செய்திகளை எழுதிக் கொடுத்துவிட்டு இது பற்றி ஆழமாகச் சிந்தித்தேன். மனோரமா இயர்புக் படிப்பதை மட்டும் விடவில்லை. வருடம் ஒருமுறை படித்த அப்புத்தகத்தை அதன்பின் வருடம் முழுவதும் படிக்கத் தொடங்கினேன்.

2000 ஆவது வருடம் குமுதத்துக்குச் சென்ற பிறகு செய்தியாளனாக வெளியில் செல்லும் வழக்கம்

குறைந்து, விரைவில் நின்று போனது. செய்தியாளர்கள் கொண்டு வருவதை வாசிக்கும் தரத்துக்கு உயர்த்தி அளிப்பது ஒன்றே பணி என்றானது. எடிட்டிங் என்பதை ஒரு பணியாக அல்லாமல் கலையாகப் பயிற்சி செய்யத் தொடங்கியது அப்போதுதான். மிகவும் மகிழ்ச்சியுடன் அதனைச் செய்தேன். குமுதம் எனக்கு அளித்த ஒவ்வொரு ரூபாய் சம்பளமும் என் மகிழ்ச்சிக்கு அளித்த போனஸ்தான். வேலைக்குக் கூலியல்ல. என் பணி எனக்குப் பிடித்துப் போய் நான் வேறு அது வேறல்ல என்றான பின்பு ஒரு நாள் தரிசனமாக அது எனக்குப் புரிந்தது.

அன்று நான் செய்துகொண்டிருந்த பணி, செய்திகளில் தகவல்களைச் சரி பார்ப்பதும் இட்டு நிரப்புவதும் புள்ளி விவரங்களால் அலங்கரிப்பதும் அல்ல. ஒரு செய்தியின் நீள அகலத்துக்குப் பொருந்தாத தகவல்களை கவனமாக அதிலிருந்து தேடி எடுத்து வெளியே வைத்ததுதான்.

அப்படி நான் எடுத்து வைத்த அனைத்துமே மனோரமா இயர்புக் தகவல்களாக இருந்ததை கவனித்தேன். பெரிய பாரம் இறங்கினாற்போல இருந்தது. அதன்பின் இயர்புக் வாங்குவதை நிறுத்திவிட்டேன்.

ரிப்

முன்பெல்லாம் நாளிதழ்களில் என்ன வெளியாகியிருந்தாலும், 'பேப்பர்லயே போட்டுட்டான்' என்று கண்ணை மூடிக்கொண்டு நம்பிவிடும் வழக்கம் உண்டு. இதே போலத் தான் விகடன், கல்கி போன்ற பத்திரிகைகளில் வெளியாகும் எதையும் மறு வினா இன்றி நம்பக்கூடிய ஒரு பெரும் கூட்டம் இருந்தது. சினிமா செய்திகள், வதந்திகளைப் பொறுத்தவரை எந்தப் பத்திரிகையில் வெளியானாலுமே அது சரிதான் என்று நினைப்பார்கள். சிறிது படித்தவர்கள்,எதையும் அவ்வளவு எளிதில் நம்ப வேண்டாம் என்று நினைப்பவர்கள், ஆல் இந்தியா ரேடியோவின் மாநிலச் செய்தி அறிக்கையில் வந்தால் நம்புவார்கள். எனக்கு நன்றாக நினைவிருக்கிறது. சன் டிவி தொடங்கப்பட்டு அதன் மாலை நேரச் செய்தி அறிக்கை பிரபலமான பின்பு என் தந்தை ஒருநாள் தவறாமல் அதைப் பார்ப்பார். ஆனால், பிறகு தூர்தர்ஷன் செய்திகளைப் பார்த்துவிட்டு, மறுநாள் காலை தினமணியையும் படித்து முடித்து எல்லாம் சரியாக இருந்தால் மட்டுமே திருப்தி ஆவார். நெடு

நாள் அவருக்கு இப்பழக்கம் இருந்தது. எப்போது விட்டார் என்று நினைவில்லை.

செய்தி சானல்களின் பெருக்கத்துக்குப் பிறகு, நாளெல்லாம் செய்தி என்றான பிறகு அதன் மீது பழைய ஈர்ப்பு இல்லாமல் போனது. நாம் இருக்கிறோம்; செய்திகளும் இருக்கின்றன. அவ்வளவுதான். சமூக ஊடகங்கள் வந்த பின்பு இது இன்னும் மாறியது. தொலைக்காட்சிக்கு முன்னதாக சமூக வெளியில் செய்திகள் வரத் தொடங்கின. பொது மக்களே இங்கு செய்தியாளர்கள் ஆகிவிடுவதால் செய்தியும் விமரிசனமும் இரண்டறக் கலந்துவிட்டன. இரண்டும் வேறு என்றே யாருக்கும் தோன்றுவதில்லை.

இதிலும் தொடக்க காலத்தில் ஒரு பாகுபாடு இருந்ததைக் கண்டிருக்கிறேன். ட்விட்டரில் எது வந்தாலும் நம்பலாம்;ஃபேஸ்புக் விடலைகளின் கூடாரம் என்னும் கருத்தாக்கம் சிறிது காலம் இருந்தது. ஒரு கட்டத்தில் ஃபேஸ்புக்கைவிட ட்விட்டரே அக்கப்போர்களின் பேட்டை என்று ஆக, மெல்ல மெல்ல ஃபேஸ்புக்கின் செல்வாக்கு மேலெழத் தொடங்கியது. இன்று தொலைக்காட்சி செய்தி அலசல்களின் ஒளித் துணுக்குகளைக்கூட ஃபேஸ்புக்கில் வெளியிட்டு அந்தப் பக்கம் இழுக்கும் அளவுக்கு நிலைமை வேறாகியிருக்கிறது. எஃப்.எம். வானொலிகளில் எப்போதாவது காதில் விழுகிறது. உங்கள் கருத்துகளை நமது ஃபேஸ்புக் பக்கத்தில் சென்று பதிவு செய்யுங்கள். அங்கே உங்கள் கவிதைகளை அளியுங்கள். இங்கே நாங்கள் வாசிக்கிறோம்.

தினசரி, வாரப் பத்திரிகைகளில் பல பக்கங்களை சமூக ஊடகங்களில் இருந்து நன்றியுடனோ,

நன்றி இல்லாமலோ எடுத்துப் போட்டு நிரப்பி விடுகிறார்கள். இங்கே சொந்தமாக சிந்தித்து எழுதியவர், அவரது அனுமதியின்றி வார இதழோ நாளிதழோ ஒரு துணுக்கை எடுத்துப் போட்டால்கூட நெஞ்சம் குளிர்ந்து நன்றி சொல்லி அதையும் எடுத்து மீண்டும் இங்கே போடுகிறார். கணப் பொழுதேனும் செய்தியில் இருப்பது அனைவருக்குமே வேண்டியிருக்கிறது. செய்திகளின் நம்பகத்தன்மையல்ல; செய்தியே பொருட்டு. இம்மனநிலை இருக்கும் வரையிலாவது செய்திகள் நம்பும்படியாக இருக்க வேண்டாமா?

ஆனால், தொலைக்காட்சி செய்தி சானல்களில் வரும் ஃப்ளாஷ் நியூஸ்களைப் படமெடுத்து போட்டோ ஷாப் செய்து சமூக ஊடகங்களில் வெளியிடுவதும் அதிகரித்திருப்பதைப் பார்க்கிறேன். சில வினாடி அதிர்ச்சி மதிப்பு ஒன்றே இலக்கு. பிறகு அது பொய் என்று ஒரே நிமிடத்தில் யாராவது கண்டுபிடித்துச் சொல்லிவிடுவார்கள். அதனாலென்ன? அதைக் கண்டுபிடிக்க எடுத்துக்கொண்ட நேரத்தில் இந்த போட்டோஷாப் செய்தி உலகம் சுற்றிவிட்டது. அது போதும். எவ்வளவு பயங்கரம். செய்திகளை ரத்தம் கக்கும் காட்டேரிகளாக்கிவிடுவது தொழில் நுட்பத்தில் சுலப சாத்தியமாகிவிட்டது.

இப்போதெல்லாம் செய்திகளில் இருந்து மிகவும் விலகிப் போய்விட விரும்புகிறேன். எல்லா செய்திகளுமே புனைவுத்தன்மையுடன் இருப்பது போலொரு எண்ணம் எப்போதும் எழுகிறது. இல்லை; இது செய்திதான் என்று நீங்கள் அடித்துச் சொன்னாலும், அது உண்மையாகவே இருந்தாலும் அடுத்த நாளே முதலமைச்சர் போட்ட உத்தரவை மாற்றிப் போட்டு முதல் நாள் செய்தியை மறுநாள்

புனைவாக்கிவிடுகிறார். வாழ்வே ஒரு பெரும் மாயப் புனைவாகிக்கொண்டிருக்கும் காலக்கட்டத்தில் செய்திகளின் தேவைதான் என்ன?

இந்நாள்களில் நம்புதற்குரிய செய்தி என்றால் அது மரணச் செய்தியாக மட்டும்தான் இருக்கிறது. அதையேகூட ஒரு இருபது முப்பது *RIP*களைப் பார்த்த பிறகுதான் துணிந்து நம்ப முடிகிறது.

உதிர்ந்த ஒன்று

சரித்திரம் தூக்கிக் கொஞ்சுகிறதோ, போட்டு மிதிக்கிறதோ. பெற்ற தாய் தனது பிள்ளைகளை கவனிக்காமலா இருப்பாள்? காந்தாரியைக் குறித்து யோசித்துக்கொண்டிருந்தேன். துர்சலை என்ற ஒரு பெண் குழந்தை உள்பட அவளுக்கு நூற்று ஒரு குழந்தைகள். அத்தனைப் பேரின் பெயர்களையும் அவள் எப்போதும் நினைவில் வைத்திருந்திருப்பாள். தனித்தனியே கூப்பிட்டு சாப்பிட்டாயா, குளித்தாயா, சண்டை போடாதே, உட்கார்ந்து படி என்று சொல்லியிருப்பாள். யுத்தத்தில் நூறு புத்திரர்களும் கொல்லப்பட்ட பிறகு மொத்தமாகத்தான் அழுதிருப்பாள் என்றாலும் ஒவ்வொருவரைக் குறித்தும் ஒரு நிமிடமாவது தனித்தனியே நினைத்துப் பாராதிருந்திருக்க மாட்டாள். அந்த நூறு பேரின் மரணத்தைக் காட்டிலும் துச்சலையின் கணவன் ஜெயத்ரதனின் மரணம் அவளை இன்னும் துயரத்தில் ஆழ்த்தியிருக்கும். பொறுக்கி என்றாலும் மாப்பிள்ளை அல்லவா.

இதுவரை அச்சில் வெளியான என்னுடைய புத்தகங்களை எடுத்து எண்ணிப் பார்த்தேன். எழுபது என்பது என் மனத்தில் இருந்த கணக்கு. ஆனால் கைக்குக் கிடைத்தது அறுபத்து நான்கு மட்டும். எந்த ஆறின் பிரதிகள் இல்லை என்று கண்டு தெளிய மிகவும் திணறிப் போனேன். நூறு பிள்ளைகளைப் பெற்றவள் என்றைக்காவது இப்படித் திணறியிருப்பாளா. வரிசையில் உட்கார வைத்து சாப்பாடு போடும்போது தலை எண்ணாதிருந்திருப்பாளா? ஒருவன் உண்ண வரவில்லை என்றால் யார் என்று அடுத்தவனிடமா கேட்பாள்? அவளுக்கே அது தெரிந்திருக்காதா. அப்படித் தெரியாமல் கேட்டிருந்தால் அன்றிரவு அவள் உறங்கியிருக்க முடியுமா?

காந்தாரி சரியாகத்தான் இருந்திருப்பாள். எனக்குத்தான் மறதி. எப்படியோ முட்டி மோதி, பிரதி இல்லாத ஐந்து நூல்களை யோசித்துக் கண்டுபிடித்து விட்டேன். அதில் மூன்று கணினியில் எழுதத் தொடங்குவதற்கு முந்தைய காலக்கட்டத்துப் புத்தகங்கள். மீதம் இரண்டில் ஒன்றின் பிரதிகளை யார் யாருக்கோ, எந்தெந்தத் தருணத்திலோ அளித்தே தீர்த்துவிட்டிருக்கிறேன். இன்னொன்று, அச்சானதில் இருந்து எனக்குப் பிரதியே வரவேயில்லை என்பதையே இன்றுதான் கண்டேன். இது உங்களுக்குப் புரியாது. டிசம்பரில் எழுதி முடித்திருப்பேன். ஜனவரி புத்தகக் காட்சியில் புத்தகம் வெளியாகியிருக்கும். கண்காட்சி முடிந்த பிறகு பிரதிகள் வீட்டுக்கு வரும் என்று எண்ணி விட்டிருப்பேன்.அச்சான பிரதிகள் அனைத்தும் கண்காட்சியிலேயே தீர்ந்திருக்கும். பிறகு இரு தரப்புக்கும் அது அப்படியே மறந்திருக்கும்.

எப்படி ஆனாலும் 69க்குக் கணக்கு கிடைத்துவிட்டது. இன்னும் ஆட்டம் காட்டுவது ஒன்றுதான். ஒரு

பிரதியும் இல்லாத, கணினியிலும் இல்லாத, நினைவிலும் இல்லாத அந்த ஒரு புத்தகத்தை எங்கே போய்த் தேடுவேன்?

இந்த அறுபத்தொன்பது நீங்கலாக மின் நூல்களாக மட்டும் வெளியானவற்றையெல்லாமும் தொகுத்திருக்கிறேன். அவை *bukpet.com*-இல் சேகரமாகியிருக்கின்றன. எல்லாம் இருந்தும், எது எதுவோ இருந்தும் என்ன பயன்? எல்லா புத்தகத்தையும் போல அந்த ஒரு புத்தகத்துக்கும் என் கணிசமான நேரத்தை அளித்திருப்பேன். அதை எழுதிக்கொண்டிருந்த நாள்களில் அதை மட்டுமே நினைத்திருந்திருப்பேன். அதனோடு மட்டுமே வாழ்ந்திருப்பேன். அது வெளியானபோது அவ்வளவு மகிழ்ச்சி, அவ்வளவு பரவசம், அவ்வளவு இறும்பூது எய்தியிருப்பேன். ஆனாலும் எப்படியோ இன்று நினைவில் இருந்து உதிர்ந்திருக்கிறது.

சரி. இதுவும் ஓர் அனுபவம். எழுதியவன் நினைவில் இல்லாவிட்டால் என்ன. உலகின் எங்கோ ஒரு மூலையில் யாரோ ஒரு வாசகனாவது வாசித்து, விரும்பாதிருந்திருக்க மாட்டான். அவன் நினைவில் அது நிச்சயமாக சேகரமாகியிருக்கும். என்றாவது அவன் என்னைத் தொடர்புகொள்வான். அந்தப் புத்தகத்தைக் குறித்து நான்கு சொற்கள் நல்லவிதமாகப் பேசுவான். அன்று என் அச்சான எழுபதில் அடையாளமின்றித் தொலைந்த ஒன்றை மீட்டுத் தந்து என் நினைவில் வாழ்வான்.

முழு தயிர்சாதமாக இருப்பது எப்படி?

வாட்சப், ஃபேஸ்புக் மெசஞ்சர், டெலிகிராம் மற்றும் கட்டண மெசேஜ் சேவைகளை எதற்காக, எவ்வளவு பயன்படுத்துகிறேன் என்று யோசித்துப் பார்க்கிறேன். வாட்சப் வந்த பின்பு கட்டண மெசேஜ் அனுப்பும் வழக்கம் அறவே இல்லாமல் போய்விட்டது. எப்போதாவது என் மனைவிக்கு மட்டும் சாதாரண மெசேஜ் அனுப்புவேன். அதுவும் இருவருடையதும் ஐபோன் என்பதால் காசில்லா ஐமெசேஜ். மற்றபடி வங்கியில் இருந்து, க்ரெடிட் கார்ட் நிறுவனத்தில் இருந்து, இதர விளம்பரதாரிகளிடமிருந்து வருகிற ஒருவழிச் செய்திகளுக்கு மட்டும்தான் அது.

இந்நாள்களில் என்னிடம் அதிகப் பயன்பாடு உள்ள செயலி, வாட்சப்தான். தினசரி எழுதும் காட்சிகளைப் படப்பிடிப்புக் குழுவினருக்கு அதில்தான் அனுப்புகிறேன். தொழில் தொடர்பான உரையாடல்களும் அதில்தான் நடைபெறுகின்றன. திரைக்கதையே இப்போதெல்லாம் வாட்சப்

ஆடியோவாகத்தான் வருகிறது. நெருங்கிய நண்பர்கள், எழுத்தாள நண்பர்களுடன் பேசுவதும் அதில்தான். இதில் மாமல்லனுடன் பேசியதை மட்டும் தொகுத்தால் இரண்டு வெண்முரசு சைசுக்குப் புத்தகம் போடலாம். சாருவோடு பேசியதை எல்லாம் தொகுத்துப் புத்தகமாக்கினால், உடனே யாராவது தடை உத்தரவு வாங்குவார்கள். சீக்கிரம் பிரபலமாகிவிடலாம். சிஎஸ்கேவுடன் முன்னர் ஃபேஸ்புக் மெசஞ்சரில்தான் பேசிக்கொண்டிருந்தேன். பிறகொரு நாள் அவரைத் தூக்கி இங்கே போட்டுவிட்டேன். லஷ்மியும் அப்படித்தான்.பிரசன்னா, சொக்கன், ராஜேஷ், சுரேஷ், ஈரோடு நாகராஜ். அநேகமாக தினமும் உரையாடும் நண்பர்கள் இதில்தான் இருக்கிறார்கள்.

டெலிகிராம் பயன்பாடு மிகவும் சொற்பம். ஏதேனும் தொழில்நுட்பப் பிரச்னை ஏற்பட்டு கோகுலை அழைக்க வேண்டுமென்றால் மட்டும் டெலிகிராமில் அழைப்பேன். அவர் ஜூமில் வந்து உதவி செய்துவிட்டுப் போவார். என் நண்பர் வட்டத்தில் வேறு யாரும் டெலிகிராமில் இல்லை. இருப்பவர்களும் எப்போதாவது டெலிகிராம் பார் என்று வாட்சப்பில் செய்தி போட்டால் வந்து பார்ப்பவர்களாக மட்டுமே இருக்கிறார்கள்.

ஃபேஸ்புக் மெசஞ்சர். மனுஷ்யபுத்திரன், மகுடேசுவரன், ஆசாத் பாய், அபிலாஷ், அழிசி சீனிவாச கோபாலன், பால கணேஷ் போன்றவர்களை இங்கே பிடிப்பது எளிது. பெரும்பாலும் இரவு நேரங்களில் இவர்களுடன் இங்கு பேசுவேன். அபூர்வமாக வண்ணதாசன் கூப்பிடுவார். ராஜேஷ் குமார் மெசஞ்சர் ஆடியோவில் அழைப்பார். (ஆனால் அவர் மகன் கார்த்திக் வாட்சப்பில்தான் அழைப்பார்.)

கொழும்பு நண்பர் ஜாஃபர் அகமது அழைப்பார். இவர்கள் தவிர எனக்குப் பரிச்சயமில்லாதவர்கள் என்னை அழைக்கும் பிராந்தியமாகவும் இதுவே உள்ளது. வெறும் ஹலோக்களுக்கும் குட் மார்னிங் மெசேஜ்களுக்கும் நான் பதில் சொல்வதில்லை. விஷயத்துடன் அணுகுபவர்கள் தொடராமல் போவதில்லை.

முன்னொரு காலத்தில் யாஹூ மெசஞ்சர் என்றொரு அழைப்பான் இருந்தது. அன்றைய என் மொத்த நண்பர் வட்டமும் அதற்குள்தான் அமர்ந்திருந்தது. உண்மையில் ஒரு கம்யூன் வாழ்க்கை வாழ்வது போலவே உணர்வேன். நள்ளிரவு கடந்து, அதிகாலை ஆனாலும் அதில் ஜெயமோகன் பெயருக்கு அருகே பச்சை விளக்கு எரியும். ஐயோ இந்தாள் மட்டும் இன்னும் எழுதிக்கொண்டிருக்கிறானே; நாம் தூங்கிவிடக்கூடாது என்று எழுந்து போய் முகம் கழுவிக்கொண்டு வந்து உட்கார்ந்து பேய் போல வேலை செய்வேன். மறக்க முடியாத நாள்கள்.

அழைப்பான்களில் தயிர் சாதமாகப் பேசிவிட்டுப் போனால் ஒரு பிரச்னையுமில்லை. ஆனால் எந்த எழுத்தாளனும் முழு தயிர் சாதமாக இருக்க மாட்டான் என்பதுதான் பிரச்னை. இன்று எல்லோரும் சொல்கிறார்களே என்று சிக்னல் இன்ஸ்டால் செய்திருக்கிறேன். இதுவரை நான்கு பேர் அங்கே இருப்பதை உறுதிப்படுத்தியிருக்கிறார்கள். எனக்கென்னவோ வாட்சப்பை விட்டு சமூகம் அவ்வளவு சீக்கிரம் வெளியேறாது என்று தோன்றுகிறது. என்னைப் பொறுத்தவரை, என் நண்பர்களுக்கு மட்டும் புரியும்படியாக ஒரு என்கிரிப்டட் தமிழை உருவாக்கலாமா என்று யோசித்துக்கொண்டிருக்கிறேன்.

மால் உலகம்

சென்னையில் நான் அறிந்த முதல் மால் என்பது மூர் மார்க்கெட். அங்குதான் ஒரு காலத்தில் எல்லாமே கிடைக்கும். தவிர எல்லாம் மலிவாகவும் கிடைக்கும். பயன்படுத்திய பாய், பெட்ஷீட்டுகளைக் கூட மூர் மார்க்கெட்டில் வாங்க முடியும். எப்படிப் பழைய புத்தகங்களை முடியுமோ அப்படி. நவீனத்துவ காலத்தின் முதல் மால் என ஸ்பென்சர் மால் அறிமுகமானபோது ஓரிரு முறை சென்ற நினைவிருக்கிறது. ஆனால் சிறு வயதில் போன மூர் மார்க்கெட் அளவுக்கு இல்லை. பிறகு சிடி சென்டர் வந்தது. அதன்பின் மூலைக்கொன்றாகப் பிறந்து நிறைந்துவிட்டது.

எனக்கு இந்த மால்களில் சுற்றி வர மிகவும் பிடித்திருக்கிறது. அவற்றின் பளபளப்பு. குளுமை. வாசனை. இங்கே இருக்கும் பல கடைகளை நான் வெளியே கண்டதில்லை. எல்லாமே மேற்கத்தியப் பெயர்களைக் கொண்ட கடைகள்.பெரும்பாலும் துணிக் கடைகள். ஆண்களுக்குத் தனியே. பெண்களுக்குத் தனியே. துணிக்கடைகளை விட்டால் கைக்கடிகாரக் கடைகள். மொபைல் போன் கடைகள்.

செருப்புக் கடைகள். வாசனை திரவியக் கடைகள். ஒப்பனைமற்றும்சருமப்பராமரிப்புக்கானகலவைகள் விற்கும் கடைகள். ஒன்றிரண்டு வீட்டு உபயோகப் பொருள்களுக்கான கடைகள். நகைக்கடைகள். இவ்வளவையும் பார்த்தபடியே மேல் தளத்துக்குப் போய்விட்டால் அங்கே சாப்பாட்டுக் கடைகள். குழந்தைகள் விளையாடுவதற்கான இடம். பிறகு திரையரங்கம்.

ஒவ்வொரு முறை மாலுக்குச் செல்லும்போதும் என்னவெல்லாம் வாங்கலாம் என்று நிதானமாக யோசித்து, திட்டமிட்டு, எழுதி எடுத்துக்கொண்டு செல்வேன். ஆனால் ஒருமுறைகூட நான் எழுதி எடுத்துச் சென்ற பொருள்களை வாங்கி வந்தது கிடையாது. பெரும்பாலும் அவை அங்கே இருக்காது. வேறு ஏதாவது ஒன்றிரண்டு பொருள்களை வாங்கி வந்திருப்பேன். பிறகு எனக்குத் தேவையானதை அமேசானில் அல்லது தி நகர் பெட்டிக் கடைகளில் வாங்கிக்கொள்வேன்.

மாலுக்கு வருகிற பெரும்பாலானோர் அப்படித்தான் என்று நினைக்கிறேன். ஏனெனில், எதிர்ப்படுகிற ஒவ்வொருவரையும் கவனிக்கிறேன். யாரும் மூட்டை மூட்டையாகப் பொருள்களை வாங்கிச் செல்வதில்லை.சுருக்கமாகச் சில மணிநேர இன்பச் சுற்றுலாத் தலங்களாகவே இந்த மால்களை மக்கள் நினைக்கத் தொடங்கிவிட்டார்கள் என்று தோன்றுகிறது. பணக்காரக் கடைக்காரர்கள் பாடு திண்டாட்டம்தான்.

முன்பெல்லாம் லேண்ட் மார்க் கடைக்குச் சென்றால் தேவை இருந்தாலும் இல்லாவிட்டாலும் எதையாவது வாங்குவேன். *A4* பேப்பர்களில்கூட பச்சை,

நீலம், ஆரஞ்சு, மஞ்சள் வண்ணங்களைக் கூட்டி வாங்கத்தூண்டும் வித்தகம் அறிந்த கடை அது. புதிய புத்தகங்கள், சிடிக்கள், பேனாக்கள் என்று எப்போதும் வாங்க ஏதாவது இருக்கும். இன்று லேண்ட் மார்க் இல்லை. ஸ்டார் மார்க் என்றொரு கடை எல்லா மால்களிலும் இருக்கிறது. பார்ப்பதற்கு நவீனமாக இருக்கிறதே தவிர பழைய மூர் மார்க்கெட்டுக்கு நிகரானதுதான் இது. இருக்கும் எதையும் எடுக்கத் தோன்றாது. நாம் கேட்கும் எதுவும் அங்கே இருக்காது. நானும் மூன்று மாதங்களாக அதிகபட்சம் முக்கால் அடி நீள அகலத்தில் ஒரு ஒய்ட் போர்ட் தேடுகிறேன். இங்கே எந்த மாலிலும் அது இல்லை. அமேசானில் இருக்கும் போர்ட்கள் குறைந்த பட்சம் ஓரடி நீள அகலம் கொண்டதாக இருக்கிறது. மேசைக்குப் பொருந்தாது.

நமக்கு வயதாவதுதான் பிரச்னையாக இருக்கும் என்று சமயத்தில் தோன்றும். இல்லை. பதினைந்து வயது நிரம்பிய என் மகளும் மால்களில் வெறுமனே சுற்றித்தான் வருகிறாள். ஆசைப்பட்டு நான்கைந்து பொருள்களை என்றாவது எடுக்கிறாளா என்று பார்த்தால் இல்லை. இன்று ஒரு மாலுக்குச் சென்றேன். நெடுநாளாக டோனட் என்பது எப்படி இருக்கும் என்று உண்டு பார்க்க ஆசை. இன்று அந்த ஆசையைத் தீர்த்துக்கொண்டேன். அது ஒரு மேற்கத்திய இனிப்பு வடை என்று எண்ணியிருந்தேன். இல்லை. சுற்றளவு குறைந்த பன் போலத்தான் இருக்கிறது. இன்னொரு முறை உண்பேனா என்று தெரியவில்லை.

மால்களுக்குச் செல்வதன் நிகரலாபம் நிதானமாக நிறைய நடக்க முடிவதுதான். மகிழ்ச்சி என்றால், ஏழெட்டு முறை எஸ்கலேட்டரில் ஏறி இறங்குவதைத்தான் சொல்லத் தோன்றுகிறது.

கீரை வாங்கும் கலை

நானும் எவ்வளவோ வருடங்களாக வீட்டுப் புருஷனாக இருக்கிறேன். இன்று வரை ஒரு கீரைக் கட்டை சரியாகப் பார்த்து வாங்கத் தெரிந்ததில்லை. இத்தனைக்கும் பேலியோவில் இருப்பவன் என்பதால் கீரை என்னுடைய மிக முக்கியமான உணவும்கூட. ஒவ்வொரு முறை கீரை வாங்கச் செல்லும்போதும் எனக்கு இரண்டு பிரச்னைகள் வரும்.

1. எது எந்தக் கீரை?

2. இந்தக் கீரை நன்றாக இருக்கிறதா இல்லையா?

நினைவு தெரிந்த நாளாக உட்கொள்ளும் உணவுதான். ஆனால் எது முளைக்கீரை, எது அரைக் கீரை, எது சிறு கீரை, எது பருப்புக் கீரை என்று தெரியாது. கடைக்காரனிடம் கேட்டுத்தான் உறுதிப்படுத்திக்கொள்வேன். இதில் இன்னொரு பிரச்னையும் இருக்கிறது. நானாக ஒரு கட்டுக் கீரையை எடுத்து, கடைக்காரனிடம் காட்டி, 'இது என்ன கீரை' என்று கேட்டுத் தெரிந்துகொண்ட பிறகு

வாங்குவதென்றால் பெரிய சிக்கல் இல்லை. ஆனால் நான் 'முளைக்கீரை' என்று கேட்டு, அவன் ஒரு கட்டு எடுத்து நீட்டினால் உடனே ஒரு சந்தேகம் வரும். உண்மையிலேயே அது முளைக்கீரை தானா?

சென்றமுறை வாங்கிய முளைக்கீரை வேறு வடிவத்தில் இருந்ததாகத் தவறாமல் தோன்றும். கணப் பொழுது குழம்பிப் போய், கடைக்கு வரும் யாராவது ஒரு பெண்மணியிடம் அதை மறு உறுதிப்படுத்திக்கொள்வேன். இதனால் கடைக்காரர்கள் வருத்தமடைவதையும் பார்க்கிறேன். ஆனால் எனக்கு வேறென்ன வழி?

தண்டைப் பார்த்தால் தெரியும், இலையின் அகலத்தைப் பார்த்தால் தெரியும், அடர்த்தியில் தெரியும் என்று பலபேர் பலவாறு சொல்லியிருக்கி றார்கள். இன்றுவரை, 'இதோ நான் ஒரு அரைக் கீரைக் கட்டை எடுத்திருக்கிறேன், அல்லது ஒரு சிறு கீரைக் கட்டை எடுத்திருக்கிறேன்' என்று திடமாக உணர்ந்து ஒன்றை எடுக்க முடிந்ததில்லை.

இரண்டு கீரைகளை மட்டும் பார்த்தவுடன் அடையாளம் தெரிந்துகொண்டுவிடுவேன். ஒன்று பாலக். இன்னொன்று முருங்கை. முருங்கையில்கூட சில சமயம் பிரச்னை வரும். அசப்பில் அது அகத்திக்கீரையோ என்ற மயக்கம் ஏற்படும்.பாலக் ஒன்றுதான் படுத்தாத கீரை. ஆனால் எங்கள் வீட்டில் அது அடிக்கடி வாங்கும் கீரை அல்ல.

இப்போது அடுத்த பிரச்னைக்கு வருகிறேன். இந்தக் கீரை நன்றாக இருக்கிறதா இல்லையா?

இதைக் கண்டுபிடிப்பது கொடூரமானது. கடையில் அனைத்துக் கீரைகளையும் மொத்தமாக

ஓரிடத்தில்தான் போட்டுக் குவித்து வைத்திருப்பார்கள். அந்தக் கீரைக் குவியலின்மீது மணிக்கொரு தரம் ஒரு வாளி தண்ணீரை ஊற்றி ஞானஸ்நானம் செய்துவிடுவார்கள். அதாவது எல்லா கீரைக் கட்டுகளுமே ஃப்ரஷ்ஷானவை. இந்தக் கணம் முளைத்து, அக்கணத்திலேயே பறிக்கப்பட்டு, நேரடியாகக் கடைக்கு வந்து சேர்ந்தவை என்று எண்ண வைப்பதற்காக. எனவே எதை எடுத்தாலும் ஈரமாக இருக்கும். எல்லாமே நன்றாக இருப்பது போலவே தோன்றும். ஆனால் வாங்கி வந்த பிறகு இல்லற மேலாளர் அது பூச்சி அரித்த கீரை என்று சொல்வார். அல்லது வாடி வதங்கியது என்பார். அதுவும் இல்லாவிட்டால் ஏகப்பட்ட குப்பைகள் இடைசெருகலாக உள்ளதைச் சுட்டிக்காட்டுவார். சில இலைகளில் பூச்சி அரித்தது பெரிய அளவு ஓட்டையாகவே தெரியும். அந்தக் கருமம் ஏன் கடையிலேயே என் கண்ணில் படவில்லை என்ற வினாவுக்கு இப்போது வரை விடை கிடையாது.

ஒரு கீரைக் கட்டைச் சரியாக இனம் கண்டு, பார்த்து வாங்கும் திறமையை ஆண்டவன் ஏன் எனக்குத் தர மறந்தான் என்று அடிக்கடித் தோன்றும். இது எனக்கு ஏன் இன்றுவரை ஒரு நல்ல கவிதையை எழுதத் துப்பில்லை என்ற வினாவுக்கு நிகரான துயரம் கொண்டது. எனவே, வாங்கி வரும் கீரை நன்றாக இல்லை என்ற விமரிசனம் எழும்போதெல்லாம் இப்படிச் சொல்லி சமாளித்துக்கொள்கிறேன்.

'ஒரு நல்ல கீரைக் கட்டைப் பார்த்து வாங்குவதும் நல்ல புருஷனைத் தேர்ந்தெடுத்துக் கொள்வதும் ஒன்று. இரண்டிலும் உன்னை விஞ்ச இயலாது.'

எருமையாக விரும்புகிறேன்

வாழ்வு தொடங்கி வாட்சப் வரை பரவலாகச் சில குழுக்களில் உறுப்பினராக இருக்கிறேன். இந்தக் குழு அமைப்பு என்பது மனித வாழ்வில் தவிர்க்க முடியாதது போல. பிரச்னை இல்லை. நான் குழுவில் இருக்க வேண்டும் என்று யாராவது நினைக்கிறார்கள். வேறு யாராவது சேர்க்கிறார்கள். எனவே, இருக்கும்படி ஆகிவிடுகிறது. ஆனால் எந்தக் குழுவிலும் நடவடிக்கைகளில் பங்களித்த நினைவில்லை. ஒரு பார்வையாளனாக இருப்பதில் உள்ள சௌகரியத்தை மட்டுமே அனுபவிக்க விரும்புகிறேன்.

நான் வசிக்கும் குடியிருப்புப் பகுதிக்கென்று ஒரு வாட்சப் குழு இருக்கிறது. இந்தக் குழுவில் அடிக்கடி வருகிற குறுஞ்செய்திகள் பெரும்பாலும் பார்க்கிங் தொடர்பானதாக இருக்கும்.

'அன்பார்ந்த அசோசியேஷன் செகரட்டரி! என் பார்க்கிங்கில் யாரோ ஒரு முட்டாள் அவன் பைக்கை

நிறுத்திவிட்டுப் போய்விட்டான். நான்கு தினங்களாக வண்டியை அவன் எடுக்கவேயில்லை. என் வண்டியை நிறுத்த இடமின்றி வெளியே நிறுத்துகிறேன். அதனால் என் வண்டி மீது புறாக்கள் அசுத்தம் செய்துவிட்டன. நாளைக் காலைக்குள் அந்த முட்டாள் தன் வண்டியை எடுத்துவிட்டு என் வண்டிக்கு இடம் தராவிட்டால் அவன் வண்டிமீது நான் அசுத்தம் செய்வேன். இனிய அன்புடன்...'

இது சிறிது நாகரிகமான குறுஞ்செய்தி. இடம் மாற்றி பார்க்கிங் செய்வோரின் ஏழு தலைமுறையை இழுத்து வைத்துக் காறித் துப்புவோர் பலர் இருக்கிறார்கள்.

ஃபேஸ்புக்கில் ஹாருகி முரகாமி ரசிகர் வட்டம் என்றொரு குழுமம் இருக்கிறது. அவர் நமது தொழில் போட்டியாளர் என்பதால் நடப்பதை கவனிக்க நானும் அதில் உறுப்பினராக இருக்கிறேன். சில மாதங்களுக்கு முன்பு அக்குழுமத்தில் ஒரு புதிய ரசிகர் முரகாமியை எங்கிருந்து படிக்கத் தொடங்கினால் சரியாக இருக்கும் என்று ஒரு வினாவை முன்வைத்தார். இதற்கு வந்த பதில்களுள் ஒன்று:- 'முரகாமி ஒரு ஓவர் ரேட்டட் எழுத்தாளர். படித்தே தீரவேண்டிய ஆள் அல்ல. படித்துத்தான் ஆக வேண்டும் என்றால் ஓசிப் புத்தகம் கிடைத்தால் மட்டும் படிக்கவும்.'

இது யாரோ எதிரிகளின் சதி என்று பார்த்தவுடன் தெரிந்துவிடுகிறது. குழு நிர்வாகிகள் இந்த கமெண்ட்டை அழித்துவிட்டு அமைதியாகப் போயிருக்கலாம். ஆனால் விடுவார்களா? சமகால ஜப்பானிய எழுத்தாளர்கள் ஒவ்வொருவரையும் தனித்தனியே பெயர் சொல்லித் திட்டத் தொடங்கினார்கள். அதாவது யார் யாரையெல்லாம் விட முரகாமி சிறந்தவர் என்பதை நிறுவுவதற்காக

அம்மொழியின் அத்தனை மைந்தர்களின் உள்ளாடைகளையும் உருவிவிட்டார்கள். இந்தக் கலவரக் காட்சிகளை வேறொரு நேயர் லிங்க் எடுத்துச் சென்று முரகாமியின் பக்கத்தில் கொடுத்துக் கண்டு களிக்கச் சொன்னது இதன் உச்சக்கட்டம். நல்லவேளை, அவரது பக்கத்தை நிர்வகிப்பது அவரது அமெரிக்கப் பதிப்பு நிறுவனம் என்பதால் அந்தப் பதிவை உடனே அவர்கள் நீக்கிவிட்டார்கள்.

ஃபேஸ்புக்கில் தினமும் யாராவது ஏதேனுமொரு குழுவில் என் பெயரை இணைத்துவிடுகிறார்கள். முன்பெல்லாம் இது மிகவும் எரிச்சலாக இருக்கும். ஆனால் யாரும் சொல்லிக் கேட்கப்போவதில்லை என்று தெரிந்துவிட்ட பின்பு உணர்ச்சிவயப்பட்டு உடம்பைக் கெடுத்துக்கொள்ளக்கூடாது என்று அதைக் கண்டுகொள்ளாமல் விட்டுவிடுகிறேன். சகிக்கவே முடியாத குழுமம் என்றால் மட்டும் உடனே வெளியேறிவிடுவேன். மீண்டும் இணைக்க முடியாதபடி ஒரு டிக் செய்துவிட்டோ, அல்லது அக்குழுமமே ஒரு ஸ்பாம் என்று குறிப்பிட்டுவிட்டோ (இது அவ்வப்போதைய மனநிலையைப் பொறுத்தது) இப்படிச் செய்கிறேன்.

வெளியேற முடியாத குடும்பக் குழுமங்கள், வெளியேற வழியே இல்லாத தொழில் சார்ந்த குழுமங்கள், வெட்டியாக ஆரம்பித்துவிட்டுப் பிறகு இயங்காமல் போன குழுமங்கள், நானே விரும்பிச் சேர்ந்து பிறகு தாங்க முடியாமல் வெளியேறிய குழுமங்கள், தினமும் பிரசங்கம் நடத்தும் தனி நபர் சுவிசேஷக் குழுமங்கள், புத்தகக் குழுமங்கள், சினிமா குழுமங்கள் - எண்ணினால் கட்டாது.

சில சமயம் தோன்றும். யார் கவனத்திலும் இல்லாமல், எல்லாருடைய நினைவில் இருந்தும் உதிர்ந்து போய், ஒரு வீதி எருமையாக எஞ்சிய காலம் முழுவதும் நடமாடிவிட்டுப் போய்விட முடிந்தால் போதும் என்று. யார் கண்டது, எருமைகளுக்கொரு சங்கம் இருக்காதென்று?

இப்படியே இருந்துவிடுகிறேன்.

மறக்க முடியாத ஒரு புத்தகம்

நினைவு சரியென்றால் 1989லிருந்து சென்னை புத்தகக் காட்சிக்குச் சென்றுகொண்டிருக்கிறேன். ஓராண்டு கூடத் தவறியதில்லை. அதற்கு முன்பும் சென்றிருப்பேன். அப்பாவோடு. அல்லது வேறு யாராவது அழைத்துச் சென்றிருந்தால் உடன் சென்றிருப்பேன். அது என் கடமை, என் தேவை, என் மகிழ்ச்சி, எனக்காக நான் செய்துகொள்வது என்று எண்ணிச் செய்யத் தொடங்கியது 1989லிருந்துதான். அன்று அண்ணாசாலை காயிதே மில்லத் மகளிர் கல்லூரி மைதானத்தில் புத்தகக் கண்காட்சி நடக்கும். தொலைவில் இருந்து பார்த்தால், கண்காட்சி வளாகம் ஒரு பெரிய ரங்க ராட்டினத்தைப் படுக்கப் போட்டாற்போல இருக்கும். 100-150 கடைகள் இருந்தால் அதிகம். ஒரே வட்டம். சுற்றி வந்தால் முடிந்தது. டெல்லி அப்பளக் கடைகளைப் பார்த்த நினைவில்லை. ஆனால் அரிசிப் பொரி கிடைக்கும். தேங்காய் மாங்காய் பட்டாணி சுண்டல் கிடைக்கும். நல்ல சுக்கு காப்பி கிடைக்கும். அதற்கு மேலும் கிடைத்திருக்கலாம். நான் உண்டதில்லை. அன்றைய

எனது பொருளாதார நிலைமை இந்த அளவோடு நிறுத்திக்கொள்ளச் சொல்லும்.

புதிய தலைமுறையில் (பாவை சந்திரன் ஆசிரியராக இருந்த பத்திரிகை. இன்றைய தொலைக்காட்சிக்கும் அதற்கும் தொடர்பில்லை) கவிஞர் வாலி எழுதிய 'நானும் இந்த நூற்றாண்டும்' என்ற தொடர் அந்த வருடம் புத்தகமாக வெளிவந்திருந்தது. தொடராக அது வந்துகொண்டிருந்தபோது ஒரு சில அத்தியாயங்களைப் படித்திருந்தேன். மொத்தமாக எப்போது படிப்போம் என்று ஏங்க வைக்கும் அளவுக்குச் சிறந்த தொடர். புத்தகக் காட்சியில் அதைக் கண்டபோது என் மகிழ்ச்சிக்கு அளவே இல்லை. பாய்ந்து எடுத்து அவசர அவசரமாகப் புரட்டினேன். சில வினாடிகளில் என் ஆர்வம் வடிந்துவிட்டது. அது அன்று நான் வாங்கக்கூடிய விலையில் இல்லை. எனவே நின்ற வாக்கில் முன்னுரையை மட்டும் படித்துவிட்டுத் திரும்பிவிட்டேன்.

அடுத்த சில ஆண்டுகள் வரை என்னால் அந்தப் புத்தகத்தை வாங்க முடியவில்லை. இத்தனைக்கும் வாலியை நான் அறிவேன். பத்திரிகையாளனாகப் பணியாற்றிக்கொண்டிருந்த சௌகரியத்தில், போனில் பலமுறை பேசியிருக்கிறேன். (வாலி பேட்டிதான் தரமாட்டார். ஆனால் எவ்வளவு நேரம் வேண்டுமானாலும் போனில் பேசுவார். நம்மைப் பிடித்துவிட்டால் நேரில் அழைத்தும் மணிக் கணக்கில் பேசுவார்.) எனக்கு அந்தப் புத்தகம் வேண்டும் என்று சொன்னால் கையெழுத்துப் போட்டுத் தயாராக வைத்துக்கொண்டு அழைப்பார். அவ்வளவுகூட வேண்டாம். பாவை என்னை நன்கறிந்தவர். நலம் விரும்பியும்கூட. எனக்கு அந்தப் புத்தகம் வேண்டும் என்று ஒரு வார்த்தை சொல்லியிருந்தால் ஒரு மணி

நேரத்தில் யாரிடமாவது கொடுத்தனுப்பிவிடுவார். ஆனாலும் எனக்கு அதில் விருப்பமில்லை. என் வாழ்வோடு, என் முன்னேற்றத்தோடு, என் விருப்பங்களோடு நேரடித் தொடர்புடையது என்று நான் நம்பும் எதையும் - குறிப்பாகப் புத்தகங்களை - இலவசமாகப் பெறக்கூடாது என்றொரு எண்ணம்.

கல்கியில் என் வேலை உறுதியாகி, ஒரு சம்பள உயர்வும் வந்து கையில் கொஞ்சம் பணம் புழங்கத் தொடங்கிய வருடம்தான் 'நானும் இந்த நூற்றாண்டும்' புத்தகத்தை வாங்கினேன். முதல் பதிப்பின் விலையைக் காட்டிலும் அப்போது சிறிது அதிகம்தான். அதனால் என்ன? எனக்கு இரண்டே கொள்கைகள்தாம். 1. காசு கொடுத்துத்தான் வாங்க வேண்டும். 2. வாங்கித்தான் படிக்க வேண்டும். எனவே விலை ஒரு பொருட்டே அல்ல.

அதன் பிறகு என்னிடம் இருந்த அந்த நூலின் பிரதியை யாரோ எடுத்துச் சென்று, அது யார் என்று மறந்துவிட்டதால்,திரும்ப வாங்கினேன். அதுவும் காணாமல் போய் இப்போது இருப்பது மூன்றாவது பிரதி. ஒவ்வொரு புத்தகக் காட்சி மாதத்திலும் எனக்கு வாலியின் அந்தப் புத்தகம் நினைவுக்கு வரும். என் வாழ்வில் அது ஒரு குறியீடு. ஒரு நூற்றைம்பது ரூபாய், இருநூறு ரூபாய்க்குக் கூட வக்கற்று இருந்தேனா என்பதல்ல. மாதச் செலவுகளில் மொத்தமாக இருநூறை ஒரு புத்தகத்துக்கு ஒதுக்கும் அளவுக்கு அன்று என் பொருளாதார நிலைமை இல்லை என்பதுதான் உண்மை. அதை நான் என்றுமே மறந்ததில்லை. இன்றுவரை ஒவ்வொரு புத்தகம் வாங்கும்போதும் அந்தக் குறிப்பிட்ட புத்தகத்தை நினைத்துக்கொள்கிறேன். சில வருடங்கள் இருபதாயிரம், இருபத்தையாயிரம் ரூபாய்க்குக் கூடப்

புத்தகங்கள் வாங்கியிருக்கிறேன் என்பது வருமான வரிக் கணக்கு பைசல் செய்வதற்காக ஆண்டுக்கொரு முறை ஆடிட்டரிடம் போகும்போது தெரியவரும். அப்போதும் வாலியின் புத்தகம் நினைவுக்கு வரும்.

இந்த வருடம் புத்தகக் காட்சி இல்லாமல் ஒரு பொங்கல் கடந்து போகிறது. நான் புத்தகம் வாங்காத ஜனவரி அநேகமாக இது ஒன்றாகத்தான் இருக்கும். புத்தகம் வாங்காத இம்மாதத்தை, ஒரு புத்தகம் வாங்க முடியாமல் தவித்த ஜனவரிகளுடன் சேர்த்து நினைத்துக்கொள்கிறேன்.

எல்லாம் கடந்து போகும். இதுவும்.

தேவையான அளவு

உங்களில் எத்தனைப் பேர் பத்திரிகைகளில் வெளியாகும் சமையல் குறிப்புகளை, சமையல் குறிப்புப் புத்தகங்களைத் தவறாமல் படிப்பீர்கள்? தொலைக்காட்சி சமையல் நிகழ்ச்சிகளைப் பார்க்கும் வழக்கம் உள்ளவர்கள் எவ்வளவு பேர்? பிறவி எடுத்ததே அதற்குத்தான் என்பது போல நான் விழுந்து விழுந்து படிப்பேன். செய்வதற்கு ஆயிரம் வேலைகள் காத்திருந்தாலும் ஒரு சமையல் குறிப்பு கண்ணில் பட்டுவிட்டால், அதைப் படித்து முடித்த பிறகுதான் மற்றவை. ஃபேஸ்புக் விடியோக்களில் சமையல் விடியோக்களாகத் தேடித் தேடிப் பார்ப்பேன். 'ஹலோ ஃப்ரண்ட்ஸ்! இன்னிக்கு நாம பாக்கப் போற டிஷ்....' என்று ஆரம்பித்து ராகம் போட்டுப் பேசிக்கொண்டே சமைத்துக் காட்டும் விற்பன்னர்கள் என்றால் எனக்கு உயிர். உலகமே அழிகிறது என்றாலும் கவலைப்பட மாட்டேன். ஒரு சமையல் விடியோ கண்ணில் பட்டுவிட்டது என்றால் அதைப் பார்க்காமல் கடந்து போவது என்னைப் பொறுத்தவரை கொலைக் குற்றத்தினும் பெரிது.

இத்தனைக்கும் எனக்கு சமைக்கத் தெரியாது. அந்தக் கலையின் மறு பகுதியான சாப்பிடுவதை மட்டும் சிரத்தையாகச் செய்வேன். இது நொள்ளை அது நொட்டை என்று தவறாமல் மதிப்புரை வழங்கிவிடுவேன். அதற்கென்ன செய்ய? விமரிசகர்களால்தானே கலை வாழ்கிறது? ஆனாலும் சமையல் குறிப்புகளைப் படிப்பது எனக்குப் பிடிக்கும். இந்த உலகில் மீனாட்சி அம்மாளுக்கு லட்சக் கணக்கான வாசகர்கள் இருக்கலாம். ஆனால் நான் ஒருவன்தான் அவரது ரசிகன். அவரது சமைத்துப் பார் புத்தகங்களைப் பல முறை படித்திருக்கிறேன். இன்னமும் படிப்பேன்.

சமையல் குறிப்புகளைப் படிக்கும்போதே மனத்துக்குள் அந்தக் குறிப்பிட்ட ருசிகரமான பண்டம் உருவாகும் விதத்தை ஒரு திரைப்படம் போல ஓடவிட்டுப் பார்ப்பேன். முழுப் படமும் நன்றாகத்தான் ஓடும். ஆனால் சரியாக ஓரிடம் வரும்போது ரீல் அறுந்து நிற்கும். அது, 'உப்பு - தேவையான அளவு' என்ற இடம்.

ஆதி காலம் முதல் சமையல் குறிப்புகளில் இந்த வரி இடம் பெறாதிருந்ததில்லை. தொலைக்காட்சிகளில் சமையல் நிகழ்ச்சி நடத்தும் பெரிய பெரிய நட்சத்திர ஓட்டல் சமையல்காரர்களும் இப்படித்தான் சொல்கிறார்கள். உப்பு, தேவையான அளவு.

அதென்ன தேவையான அளவு?

இந்த உலகில் தேவைக்கு அதிகமான, அல்லது தேவைக்குக் குறைவான அளவு உப்பு சேர்த்த ஒரு பண்டத்தை எந்த ஜென்மமாவது தின்னுமா? கும்பகோணம் உப்பிலியப்பன் கோயில் பெருமாளுக்கு மட்டும் தலையெழுத்து. தினமும்

உப்பில்லாத சமையல் அவருக்கு. அதைப் பிரசாதமாக வேறு கொடுத்துக் கொல்வார்கள். கொடுமை என்னவென்றால் அவர் ஒப்பிலியப்பன். ஒப்புவமை இல்லாதவன் என்று பொருள். அதை உப்பிலி ஆக்கியதோடு மட்டுமல்லாமல், உப்பில்லா நைவேத்தியமும் வழக்கமாகிவிட்டது அங்கே. செய்த தவறை மறைக்க, அதற்கு ஒரு கதை வேறு கட்டிவிட்டார்கள். அந்தப் பெருமாள் கட்டிக்கொண்டு வந்த பெண்டாட்டி சின்னப் பெண்ணாம். முறையாக சமைக்கத் தெரியாதவளாம். அவள் உப்பில்லாமல் சமைத்தும் அதை அவர் பொருட்படுத்தாமல், உப்புக்கு பதில் காதல் சேர்த்து சாப்பிட்டுவிட்டு எழுந்து போனதால் உப்பிலியப்பன் ஆகிவிட்டாராம். பாவிகளா, ஒழுங்காக உப்புப் போட்டு சமைக்கத் துப்பில்லாமல் எவனோ மடைப்பள்ளி சமையல்காரன் எந்தக் காலத்திலோ சொதப்பி வைத்ததற்கு சப்பைக்கட்டுக் கட்டி, கடவுளைக் கூடவா இன்றுவரை பழிவாங்குவார்கள்? பாவம் அந்தப் பெருமாளுக்கு நாக்கு செத்து நான்கு யுகம் ஆயிருக்கும்.

அவரைக் கழித்துவிட்டுப் பார்த்தால் உப்பின் அளவில் சிறு மாறுதல் இருந்தாலும் யாராலும் உணவை ருசித்து உண்ண இயலாது. அப்படி இருக்கும்போது இந்த சமையல் குறிப்பாளர்கள் 'உப்பு தேவையான அளவு' என்று பொத்தாம் பொதுவாகச் சொல்லிவிட்டுப் போவது அயோக்கியத்தனம் அல்லவா? அரை ஸ்பூன் என்று சொல்லுங்கள். ஒரு ஸ்பூன் என்று சொல்லுங்கள். எந்த சைஸ் ஸ்பூன் என்று சுட்டிக் காட்டுங்கள். அது நியாயம். அதென்ன தேவையான அளவு? காரம் வேண்டுமானால் ஆளுக்கு ஆள் மாறுபடலாம். உப்பு எப்படி மாறும்?

என் அம்மா உப்பை ஸ்பூனால் எடுக்க மாட்டார். அவருக்கு ஸ்பூன் கணக்கு வராது. கையால்தான் எடுப்பார். சாம்பார் என்றால் சுண்டு விரல் நீங்கலான நான்கு விரலால் அள்ளி எடுப்பார். ரசம் என்றாலும் அதே நான்கு விரல்தான். ஆனால் எடுக்கும் போதே அளவில் சிறிது குறையும். வாணலியில் காய் வெந்துகொண்டிருக்கும்போது, சுண்டு விரலுடன் மோதிர விரலையும் கழித்துவிட்டு மீதி உள்ள மூன்று விரல்களால் எடுத்துத் தூவுவார். என் அம்மாவைப் பார்த்து சமையல் கற்றுக்கொண்ட என் மனைவியும் கையால் எடுத்துத்தான் உப்புப் போடுவார். இதில் அளவை எப்படித் தெரிந்துகொள்வது என்று கேட்டால், அது பழக்கத்தில் வரும் என்றுதான் இரண்டு பேருமே சொல்வார்கள். இதைத்தான் நான் டகால்டி என்கிறேன். மற்ற எல்லாவற்றுக்கும் வக்கணையாக அளவு சொல்லத் தெரிகிறது. உப்பு என்று வரும்போது மட்டும் பழக்கத்தில் வரும்! அதெப்படி வரும்?

இந்த மொபைல் சார்ஜர், ப்ளக், கேஸ் சிலிண்டரின் கழுத்து, பென் டிரைவ் சொருகும் கணினியின் ஸ்லாட் எல்லாம் எப்படி 'ஸ்டேண்டர்டைஸ்' செய்யப்பட்டதோ, அதே போல உப்புக்கென்று ஒரு ஸ்பூன் அளவைத் தர நிரந்தரப்படுத்த வேண்டும். அதை மட்டும்தான் சமைப்பவர்கள் உப்பெடுக்கப் பயன்படுத்த வேண்டும் என்றொரு சட்டமேகூடக் கொண்டு வரலாம். இது புழக்கத்தில் வந்துவிட்டால் உப்பு தேவையான அளவு என்று யாரும் அடித்துவிட முடியாது. எது எதற்கு எவ்வளவு ஸ்பூன் என்று தெளிவாகவே சொல்லிவிட முடியும்.

இப்படி சட்டம் போட்டாவது உப்பெடுக்க ஒரு ஸ்பூன் ஏன் அவ்வளவு அவசியம்? நீ என்ன அதன் பிறகு

சமைக்கப் போகிறாயா? என்று உங்கள் அந்தராத்மா உடனே ஒரு கேள்வி எழுப்பும். அதன் பிறகும் நான் சமையல் குறிப்புகளைப் படிப்பேன். யாராவது சமைத்துத் தந்தால் வக்கணையாகச் சாப்பிடுவேன். கையால் எடுத்து உப்புப் போட்டவர்களின் சமையல் தரத்துக்கும் ஸ்பூனால் எடுத்து உப்புப் போடும் தலைமுறையின் சமையல் தரத்துக்கும் ஆறிலிருந்து அறுபது வித்தியாசங்கள் தேடிக் கண்டுபிடித்து அப்போதும் ஒரு கட்டுரை எழுதத்தான் செய்வேன்.

நானும் சமைக்க ஆரம்பித்தால் யார் பிறகு இதையெல்லாம் எடுத்து எழுதி வைப்பது?

பாடு பொருள்

என்னிடம் உள்ள நூற்றுக்கணக்கான கெட்ட பழக்கங்களுள் ஒன்று, பிறகு பார்க்கலாம் என்று தள்ளி வைப்பது. எதையெல்லாம் அப்படித் தள்ளி வைக்கிறேனோ, பெரும்பாலும் அது பிறகு நடப்பதே இல்லை. இந்தத் தள்ளிப் போடுவதில் முதன்மையானது, யாரையாவது சந்திக்க வேண்டும் என்று நினைத்து, அதைத் தள்ளிப் போடுவது.

சென்ற சென்னை புத்தகக் காட்சி நடந்து கொண்டிருந்தபோது ஒருநாள் கண்காட்சியில் இருந்து விரைவாக வீடு திரும்பிக்கொண்டிருந்தேன். மறுநாள் படப்பிடிப்புக்கு எழுத வேண்டிய அவசரம். வழியில் உயிர்மை அரங்கு வாசலில் மனுஷ் இருந்தார். ஒரு ஹலோ. ஒரு வணக்கம். நலமா என்று ஓரிரு சொற்கள். அவர் உட்காரச் சொன்னார். நேரமில்லை, நாளை பார்ப்போம் என்று சொல்லிவிட்டு உண்மையிலேயே ஓடிப் போனேன்.

மறுநாள் அவரைப் பார்க்க முடியவில்லை. கண்காட்சி முடியும் வரையிலுமே அவர் பிறகு கண்ணில் படவில்லை. அதன் பிறகு பலமுறை போனில் பேசிவிட்டேன். ஆனால் சரியாக ஒரு வருடம் முடிந்து ஒரு மாதமும் ஓடிவிட்டது. இன்னும் பார்க்கவில்லை. நேரில் பேசுவதற்கென்று போனில் பேசாமல் சிலவற்றை ஒதுக்கி வைப்போம் அல்லவா? அப்படிச் சேர்த்து வைத்ததே நாலைந்து விஷயங்களாகிவிட்டன. மனுஷ் என்றல்ல; பலர் விஷயத்தில் இப்படித்தான் ஆகிவிடுகிறது. இந்த உலகில் என்னைவிட மோசமான ஒரு பொறுப்புத் துறப்பாளி இருக்க மாட்டான் என்று எப்போதும் தோன்றும். ஒன்றைச் செய்ய வேண்டும் என்று நாமே முடிவு செய்தாலும் அது நமது பொறுப்பாகிவிடுகி றதல்லவா?பொறுப்புகளை ஒத்தி வைப்பதில் நான் விற்பன்னன்.

நேற்று முழு நாளும் வேலைப் பளு. இரவு வரை ஃபேஸ்புக் பக்கமே வரவில்லை. வந்து திறந்தபோது முதலில் இதுதான் கண்ணில் பட்டது.

''மனுஷ் நான் தான் வந்திருக்கிறேன்
கதவைத்திற''
என பகலில் யாரோ
கதவு தட்டுகிறார்கள்
திறந்து பார்த்தால்
வெய்யிலைத்தவிர
யாருமில்லை
"ஹமீத் நான்தான் வந்திருக்கிறேன்
கதவைத்திற"
என இரவில் யாரோ
கதவு தட்டுகிறார்கள்
திறந்துபார்த்தால்

இருளைத்தவிர
வேறு யாருமில்லை
யாரோ வர நினைத்து
வர முடியாமல்
அவர்கள் குரல் மட்டும் வந்து
கதவு தட்டுகிறது போலும்.

என் வாழ்நாளில் நான் ஒரு பாடுபொருளானது மகிழ்ச்சிக்குரிய சம்பவம்தான். ஆனால் இப்படி ஒரு மோசமான காரணத்துக்காக அது நிகழ்ந்திருக்க வேண்டாம்.

யாழினி

கடந்த சில நாள்களாகக் கதறக் கதறக் கலைச் சேவை ஆற்ற வேண்டி இருந்தது. நான் ஆறு சீரியல்களுக்கு ஒரே சமயத்தில் எழுதியிருக்கிறேன். அப்போதுகூட இவ்வளவு கஷ்டப்பட்டதில்லை. புத்தகக் காட்சிக்குக் கூட இன்று போகலாம்; அடுத்த மூன்று நாள்களுக்கு முடியாது; வெள்ளிக் கிழமை போகலாம்; அதன் பிறகு முடியாது என்று கணக்குப் போட்டு வாழ வேண்டிய அளவுக்கு பணி நெருக்கடி. வீட்டுக்கே இரண்டு நாள்களுக்கொரு முறை போகும் கொடூரமெல்லாம் நடக்கிறது. சிறிது நேரமாவது அதன் பிடியில் இருந்து விலகி வரலாம் என்றுதான் ஃபேஸ்புக்குக்கே வருகிறேன். இங்கும் யாராவது அதை நினைவுபடுத்தி எதையாவது கேட்டு வைத்துவிடுகிறார்கள். உடனே தலை தெரிக்க ஓடிவிட வேண்டியதாகிறது.

இன்று மதியம் சாப்பிடுவதற்காக ஒரு உணவகத்துக்குச் சென்றிருந்தேன். அடுத்த இருக்கையில் ஓர் இளம் கணவன் மனைவி சாப்பிட்டுக்கொண்டிருந்தார்கள். நான் போய் உட்கார்ந்ததிலிருந்து இருவரும்

என்னையே முறைத்து முறைத்துப் பார்த்து, தமக்குள் பேசிக்கொண்டிருந்ததைக் கவனித்தேன். உணவகங்களில் வாசகர்கள், ரசிகர்கள் வந்து பேசுவது, ஆட்டோகிராஃப் கேட்பது, செல்ஃபி எடுத்துக்கொள்வது வழக்கம்தான். இரண்டு நாள்களுக்கு முன்பு சிஎஸ்கேவுடன் குப்தாபவனுக்குப் போயிருந்தபோதுகூட யாரோ ஒரு வாசகர் வந்து கைகுலுக்கி, செல்ஃபி எடுத்துக்கொண்டு சென்றார். ஆனால் மேற்படி கணவன் மனைவியைப் பார்த்தால் வாசிப்பவர்களாகத் தெரியவில்லை. (அதெல்லாம் நமக்குப் பார்க்கும்போதே தெரிந்துவிடும்.) அப்படி இருந்தும் என்னை உற்று உற்றுப் பார்க்கிறார்கள் என்றால் உணவை நான் மூக்கிலோ முழியிலோ ஈஷிக்கொண்டிருக்கிறேன் என்று பொருள் கொண்டு கர்ச்சிப்பை எடுத்து முகமெங்கும் ஒருமுறை துடைத்துக்கொண்டேன்.

ஒரு பத்து நிமிடங்களுக்கு அவர்கள் என்னைப் பார்த்துக்கொண்டிருந்திருப்பார்கள் என்று நினைக்கிறேன். சட்டென்று அந்தக் கணவர் எழுந்து என் அருகே வந்து, 'சார், நீங்கள் பாராதானே?'என்று கேட்டார். ஒப்புக்கொண்டதும் கணவன் மனைவி இருவருமாக மீண்டும் சேர்ந்து வந்து அறிமுகப்படுத்திக்கொண்டு செல்ஃபி எடுத்துக்கொண்டார்கள்.

இதுவரை பிரச்னை இல்லை. இப்போதுதான் சிக்கல் தொடங்கியது. 'ஆனாலும் யாழினிய நீங்க அப்டி ஒரு வில்லி ஆக்கியிருக்கக்கூடாது சார். அவ ரொம்ப பாவம்' என்று அந்தக் கணவர் சொன்னார்.

ஆம். பாவம்தான். ஆனால் நான் என்ன செய்ய முடியும்? கதையோடு எனக்கு சம்பந்தமில்லையே என்று சொன்னேன்.

'நீங்க ஒரு ரைட்டர்தானே சார்? இதெல்லாம் தப்புன்னு ஏன் சொல்லல?' என்று அந்தக் கணவரின் மனைவி கேட்டார்.

நியாயமான கேள்விதான். எனவே இன்றிரவு சொல்கிறேன் என்று சொன்னேன்.

'வெண்பா பக்கா ஃப்ராடு சார். அவ செய்யறதெல்லாம் திருட்டுத்தனம். அவள எப்படி சார் ஹீரோயினா ஏத்துக்க முடியும்?' இது அடுத்த வினா.

வேணாம், ஏத்துக்காதிங்க என்று சொன்னேன்.

'யாழினிதான் சார் ஹீரோயின்.'

'ஆம். சந்தேகமில்லாமல்.'

'கவின கடுமையா தண்டிக்கணும் சார்.'

'அவசியம்.'

'இவளும் இல்லாம அவளும் இல்லாம அவன் செருப்படி படணும் சார்.'

'நல்ல கருத்து.'

'யாழினிக்கு சீக்கிரம் கல்யாணம் பண்ணிடுங்க சார்.'

இங்கேதான் திடுக்கிட்டுப் போனேன். என்னை ஒரு கல்யாண ப்ரோக்கர் ஸ்தானத்தில் அல்லது திருமணம் செய்து வைக்கும் ஐயர் ஸ்தானத்தில் அல்லது ஒரு தகப்பன் ஸ்தானத்தில் நினைத்து உணர்ச்சிவயப்பட்டுக் கேட்டார் அந்தக் கணவர். இப்போது நான் என்ன சொல்ல வேண்டும்?

யாழினி கவினை விரும்புகிறாள். மணந்தால் மகாதேவன் என்றிருக்கிறாள். ஆனால் கவின்

செருப்படி பட வேண்டும்,இவளும் இல்லாமல் அவளும் இல்லாமல் அல்லாட வேண்டும் என்று ஏற்கெனவே தீர்ப்பு சொல்லியாகிவிட்டது. எவ்வளவு சிக்கல்.

'லட்டுக்குட்டி சார் அந்தப் பொண்ணு. அவள அழ விடாதிங்க சார்.'

என்னடா இது சோதனை. ஒரு யாழினி ரசிகரிடம் மாட்டிக்கொண்டோமே என்று மிகவும் சங்கடமாகப் போய்விட்டது. அந்தக் கணவன் மனைவி சாப்பிட்டு முடித்ததும் அரைக்கிலோ மோதிசூர் லட்டு பார்சல் வாங்கியதையும் பார்த்தேன்.யாழினியும் சேட்டுப் பெண்தான். மோதிசூர் லட்டு, பான்பீடா தயாரிப்புத் திறமையெல்லாம் ரத்தத்திலேயே இருக்கும். 'பேசாமல் நீங்களே அவளைக் கல்யாணம் செய்துகொண்டு விடுங்களேன். நான் வேண்டுமானால் டைரக்டருக்கு போன் செய்து அவள் வீட்டாரைப் பேசச் சொல்கிறேன்' என்று கேட்டேன்.

அதுவரை யாழினிக்காகத் தன் கணவனுடன் இணைந்து வாதாடிக்கொண்டிருந்த அந்த மனைவிக்கு சுர்ரென்று கோபம் வந்துவிட்டது. 'கட்டிக்குவானோ என்னவோ. செருப்பு பிஞ்சிடும்' என்று சொன்னார். அவர்கள் இருவரும் தினமும் சேர்ந்து சீரியல் பார்க்கும்போது என்னவெல்லாம், எப்படியெல்லாம் பேசிக்கொள்வார்கள் என்று அறிய மிகவும் ஆவலாக இருந்தது. அதைச் சிறிது மாற்றிக் கேட்டேன்.

'இது வரைக்கும் எத்தனை செருப்பு பிஞ்சிருக்கு?'

விழித்திருப்பவன்

பாரிஸ் ரெவ்யுவின் ஆர்ட் ஆஃப் ஃபிக்‌ஷன் பகுதியில் இடாலோ கால்வினோவின் நேர்காணலைப் படித்துக் கொண்டிருந்தேன். தன்னால் காலை நேரங்களில் எழுத முடிவதில்லை என்றும் பெரும்பாலும் மதியத்தில்தான் எழுதுவதாகவும் அவர் சொல்லியிருக்கிறார். வினோதமான பிரகஸ்பதி. நமக்கெல்லாம் மதியம் என்பது நள்ளிரவு. என்ன செய்ய. பழகிவிட்டது.

ஆனால் இரவில் நெடுநேரம் கண் விழிப்பது தவறு என்று பொதுவாக அனைத்து மருத்துவர்களும் சொல்கிறார்கள். அது நாள்பட்ட வியாதி வெக்கைகளுக்கு வழி வகுக்கும். நானோ, பல்லாண்டுகளாக இரவில்தான் அதிகம் வேலை செய்கிறேன். என்ன முட்டி மோதினாலும் காலை பத்து மணிக்கு முன்பாக உட்கார முடிவதில்லை. ஒரு மணிக்குப் பின்பும் பணியாற்ற முடிவதில்லை. மதிய உணவுக்குப் பிறகு உறங்கி எழுந்தால்தான் பொழுதே விடிவது போலிருக்கிறது. மாலை ஆறு மணிக்கு அமர்ந்தால் சலிக்காமல் நள்ளிரவு இரண்டு வரைகூட வேலை செய்ய முடிகிறது.நாவல் வேலை

இருக்குமானால் இதுவே அதிகாலை மூன்று மூன்றரை மணி வரை கூட வேகம் குறையாமல் செல்லும்.

அடிப்படையில் உறங்குவதில் பெருவிருப்பமுடைய வன் நான். எட்டு முதல் பத்து மணி நேரங்கள் அடித்துப் போட்டாற்போலத் தூங்க மாட்டோமா என்று எப்போதும் ஏங்குவேன். அப்படி இருந்தும் எப்படி இந்தப் பழக்கம் தொற்றிக்கொண்டது என்று யோசித்துப் பார்த்தால் பழியும் பாவமும் ஜெயமோகனுடையது என்று தோன்றியது.

இன்றைக்குச் சற்றேறக்குறைய இருபதாண்டுகளுக்கு முன்னால் யாஹூ மெசஞ்சர் என்றொரு அழைப்பான் இருந்தது.தமிழ் கூறும் நல்லுலகமே அதில்தான் எப்போதும் குடியிருந்தது (கூகுள் வராத காலம்). உலகின் எந்த மூலையில் வசிக்கும் நண்பரையும் உடனுக்குடன் தொடர்புகொள்ளலாம் என்ற வசதி மிகுந்த கிளர்ச்சியளித்தது. அதைவிட யாஹூ மெசஞ்சரில் இருந்த இமோஜிகள் மிகவும் அழகாக இருக்கும். இன்று இங்கே ஃபேஸ்புக்கிலும் வாட்சப்பிலும் இன்ன பிற இடங்களிலும் காணக் கிடைக்கும் பொம்மைகள் எதுவும் யாஹூ பொம்மைகளின் தரத்துக்குக் கால் தூசு பெறாது. நான் இப்போதும் பயன்படுத்தும் :> யாஹூவின் ஒரு இமோஜிக் குறியீடுதான். அதை விடுங்கள்.

அப்போது நான் தட்டுத் தடுமாறி நாவல் எழுதப் பழகிக்கொண்டிருந்தேன். ஜெயமோகன், பின் தொடரும் நிழலின் குரலை எழுதி நிறைவு செய்திருந்தார். அந்தச் சமயத்தில் நாவல் குறித்து அவர் எனக்கு எழுதிய ஒரு நீண்ட கடிதம் ஒரு பாடநூலைப் போலவே உதவியது. அந்தக் கடிதத்தை சுமார் நூறு முறை படித்திருப்பேன் என்று நினைக்கிறேன். இன்றளவும் எழுதப் பயில்பவர்களுக்கு அது ஒரு

சிறந்த வழிகாட்டி என்று உறுதியாகச் சொல்வேன். துரதிருஷ்டவசமாக வீடு மாற்றங்களின்போது அது எங்கோ தொலைந்துவிட்டது.

கடிதம் தொலைந்தால் என்ன? ஜெயமோகன் யாஹூ மெசஞ்சரில் அப்போது இருந்தார். மாலை ஏழு மணிக்கு மேல் நான் எழுத உட்காரும்போது மெசஞ்சரைத் திறந்தால் அவரது 'அவைலபிள்' விளக்கு எரிந்துகொண்டிருக்கும். உடனே உற்சாகமடைந்து நானும் எழுத ஆரம்பிப்பேன். இரண்டு மணி நேரம் கழித்து மீண்டும் மெசஞ்சரைப் பார்த்தால் அப்போதும் அவருடைய விளக்கு எரியும். மீண்டும் எழுதத் தொடங்குவேன். பதினொரு மணிக்கு ஒரு முறை பார்ப்பேன். பன்னிரண்டுக்கு ஒருமுறை பார்ப்பேன். மனிதர் பாத்ரூம் போக, கடைக்குப் போக, சாப்பிட கொள்ளக்கூடவா எழுந்து போக மாட்டார் என்று ஒரே வருத்தமாகிவிடும். (அப்போதெல்லாம் எப்போதும் பச்சை விளக்கு எரியாது. கணினி திறந்திருந்தால், வேலை செய்துகொண்டிருந்தால் மட்டுமே விளக்கு எரியும். மொபைல் வராத காலம் என்பதால் இரு இட லாகின் வசதியும் கிடையாது.) ஆனால் எனக்குக் கண்ணைச் சுழற்றும். விரல் நடுங்கும். யோசனை தடைபடும். தூங்கி எழுந்து எழுதலாம் என்று நிமிடத்துக்கொரு முறை தோன்றும். அதே சமயம் ஜெயமோகன் மட்டும் எழுதுகிறாரே என்ற பதற்றம் வரும். அவருக்கு மட்டும் எப்படித் தூக்கம் வரவில்லை என்று குழப்பமாக இருக்கும். எல்லாமே ஒரு பக்கம்தான். அவரிடம் அப்போது இதையெல்லாம் கேட்டது கிடையாது. என்ன சொல்வாரோ என்கிற தயக்கம்.

மனத்தைக் கல்லாக்கிக்கொண்டு எழுந்து போய் தண்ணீரை அடித்து வீசி முகம் கழுவிக்கொண்டு வந்து உட்கார்ந்து மீண்டும் எழுத ஆரம்பிப்பேன். அவரது

யாஹூ விளக்கு அணைந்தபின் ஐந்து நிமிடங்களாவது நான் அதிகம் வேலை பார்க்க வேண்டும் என்பது கணக்கு. இதுதான் பன்னிரண்டு, ஒன்று, இரண்டு என்று என்னை நிரந்தர நடு நிசி நாயாக்கிவிட்டது.

சென்ற மாதம் ஏற்பட்ட உடல் நலக் குறைவில் இருந்து மீண்ட பிறகு முன்போல் கண் விழிக்க உடல் இப்போது ஒத்துழைக்க மறுக்கிறது. பதினொரு மணிக்கு மேல் ஆணவமல்லாத ஏதோ ஒன்று கண்ணை மறைக்கிறது. படுத்துவிடுகிறேன். இதன் விளைவு, காலை எழும்போது எப்போதும் இருக்கும் மந்தத்தனம் இல்லை. பழையபடி உற்சாகமாக நடைப் பயிற்சிக்குச் செல்லத் தொடங்கிவிட்டேன்.

இப்போதைய லட்சியம், எப்படியாவது மதிய உறக்கத்தை ஒழித்துக் கட்டி இடாலோ கால்வினோவைப் போல அந்நேரத்தில் எழுதிப் பார்க்க வேண்டும்.

முத்துலிங்கமும் தல்ஸ்தோயும்

ஒரு மகத்தான கட்டுரை எப்படி இருக்கும்? எப்போது யார் கேட்டாலும் நான் சுட்டிக்காட்டுவது முத்துலிங்கத்தின் 'நீ சேக்ஸ்பியரிலும் மோசமாக எழுதுகிறாய்.'

இந்தக் கட்டுரையை முதலில் 'அங்கே இப்ப என்ன நேரம்?' தொகுப்பில் படித்தேன். பிறகு இப்போது முழுத் தொகுப்பின் முதல் பாகத்தில் கண்டபோதும் ஆர்வமுடன் படித்தேன். திரும்பவும் படிப்பேன். எனக்கு இது சலிக்காது. கட்டுரையின் சாரம் இதுதான்:

முத்துலிங்கம் வசிக்கும் வீட்டுக்கு அருகே உள்ள ஒரு வீட்டில்GarageSaleஅறிவிக்கிறார்கள். வருடமெல்லாம் பயன்படுத்தி, தூக்கிப் போட்டுவிடலாம் என்று முடிவு செய்த பொருள்களைக் குறைந்த விலைக்குத் தள்ளிவிடும் நிகழ்ச்சி அது. வேண்டுபவர்கள் வாங்கிக்கொள்ளலாம். அங்கே காரில் வந்து இறங்கும் ஒரு கனவான், தல்ஸ்தோயின்war and peace நாவலின் பழைய பிரதியை அடக்க விலையில் இருபத்தைந்து சதத்துக்கு வாங்கிப் போகிறார். எதனாலோ அவருக்கு

நாவலுக்கு தல்ஸ்தோய் இரண்டு முடிவுரைகள் எழுதியது; தல்ஸ்தோய்க்கும் சோபியாவுக்கும் பதிமூன்று பிள்ளகள் பிறந்தது; பதிமூன்றுக்குப் பிறகு தம்பதிகளுக்கிடையில் உண்டான மனக்கசப்பு, கிறித்தவ சபை அவரை ஜாதிப் பிரஷ்டம் செய்தது, இறுதியில் எண்பத்திரண்டாவது வயதில் அவர் ஒரு ரயில்வே ஸ்டேஷன் பெஞ்சில் காலமானது வரை ஒரு முழு வாழ்க்கை வந்து போய்விடுகிறது.

தல்ஸ்தோயின் வாழ்க்கை என்பது அன்றைய ரஷ்ய வரலாற்றின் ஒரு முக்கியப் பகுதி. ஒரு நூற்றாண்டையே பாதித்த மகத்தான கலைஞனின் ஒரு நாவல் அடக்க விலையில் இருபத்தைந்து சதவீதத்துக்குக் கூடப் பெறுமானமற்றுப் போவது சகிக்க முடியாமல் அதைத் தானே பணம் கொடுத்து வாங்கிப் போகிறார் முத்துலிங்கம்.

இந்தக் கட்டுரையின் ஆகப்பெரிய அதிசயம், இது மிகச் சிறிய கட்டுரை என்பதுதான். படிக்க ஐந்து நிமிடங்கள் போதும். இந்தக் குறுவெளிக்குள் பழைய பொருள்களை விற்பனை செய்யும் பெண்மணியின் தோற்றம் முதல், தல்ஸ்தோயின் புத்தகத்தை வாங்கிப் போகும் மனிதர் தொடங்கி (க்றைஸ்லர் காரில் வருபவர்) தன் வீட்டில் அந்தப் புத்தகத்தை எங்கே கொண்டு வைக்கப் போகிறார் என்கிற விவரத்தைக் கூட விடாமல் கொடுத்துவிடுகிறார்.தல்ஸ்தோய், செகாவ் என்ற இரு பெரும் ஆளுமைகளின் சித்திரம் மிக அழகாகத் தீட்டப்பட்டுவிடுகிறது. அனைத்துக்கும் அப்பால் ஒரு வாசகனை 'போரும் அமைதியும்' நாவலை நோக்கிக் கையைப் பிடித்து இழுத்துச் சென்று படித்தே தீரவேண்டும் என்று எண்ண வைக்கும் முயற்சியில் மிகப்பெரிய வெற்றி பெற்றுவிடுகிறது இக்கட்டுரை.

இன்றைக்கு இங்கே குவி மையமே இன்றி எழுதிக்கொண்டிருக்கும் தலைமுறை இம்மாதிரி எழுத்துகளைத் தேடிப் படிப்பது நல்லது. ஒன்று, நல்ல எழுத்து எதுவென்று புரிந்துவிடும். அல்லது நாம் எழுதக்கூடாது என்பதாவது தெரிந்துவிடும்.

படித்தவன்

இன்று புத்தக தினம். நான் படித்த லட்சணத்தைச் சற்று நினைவுகூர்ந்து பார்த்தேன். பள்ளி, கல்லூரி நாள்களில் பாடப் புத்தகங்களை அவ்வளவாக விரும்பியதில்லை. வரலாறு, புவியியல் பிடிக்கும். ஆங்கிலத்தில் நான் - டீடெய்ல் புத்தகம் பிடிக்கும். தமிழ் பிடிக்காதா என்றால் பள்ளிக்கூடத் தமிழ்ப் புத்தகங்கள் அன்று எனக்குக் கொள்ளிவாய்ப் பிசாசுகளாகத்தான் தெரிந்தன. அது என்னால் விரும்ப முடியாத தமிழாக இருந்தது. கேளம்பாக்கம் அரசினர் பள்ளியில் ஒரு மிகச் சிறிய நூலகம் இருந்தது. குளியலறை அளவுக்கேயான நூலகம். அங்கே சில நூறு புத்தகங்கள் அடுக்கி வைக்கப்பட்டிருக்கும். தப்பித்தவறி உள்ளே போனால் கம்பன் காட்சி, கவியும் புவியும், அறிவு அற்றம் காக்கும் கருவி என்று அந்த வயதுக்கு ஒவ்வாதவையாகவே பெரும்பாலும் இருக்கும். பெருமைக்காக அங்கிருந்து ஒன்றிரண்டு நூல்களை எடுத்துச் செல்வேனே தவிர படித்த நினைவில்லை. நான் முறையாகப் படித்த முதல் புத்தகம் எம்.ஆர்.காப்மேயர் என்பவர் எழுதிய

'நீங்கள் விரும்புவது எதுவானாலும் அதை அடைவது எப்படி?'. எட்டாம் வகுப்பில் இருந்தபோது அதைப் படித்தேன். படித்தது பெரிதல்ல. அந்தப் புத்தகம் எனக்கு மிகுந்த மன எழுச்சியைத் தந்தது. இனி உலகத்தை வென்றுவிடுவது ஒன்றுதான் மிச்சம்.

அதன் பிறகு உதயமூர்த்தி, மெர்வின் போன்றோர் தமிழிலேயே எழுதிய அந்த ரகப் புத்தகங்களைத் தேடித் தேடிப் படித்தேன். எப்படியும் ஐம்பது புத்தகங்கள் படித்திருப்பேன் என்று நினைக்கிறேன். அந்த டெம்ப்ளேட் அலுத்துவிட்டது. பிறகு ஆவேசமாகக் கதைகள் படிக்கத் தொடங்கினேன். வீட்டுக்குக் குமுதம் வரும். வைரமுத்து அதில் வானம் தொட்டுவிடும் தூரம்தான் என்றொரு தொடர்கதை எழுதிக்கொண்டிருந்தார். 96 படத்துக்கெல்லாம் அதுதான் முன்னோடி. வகுப்பு இடைவேளையில் தண்ணீர் குடிக்க ஆண்கள் வரிசை, பெண்கள் வரிசை முன்னேறி வந்துகொண்டிருக்கும். கதாநாயகனும் நாயகியும் ஒருவரையொருவர் பார்த்தபடியே ஒவ்வோர் அடியாக எடுத்து வைப்பார்கள். ஒவ்வோர் அடிக்கும் வைரமுத்து ஒரு பத்தி வருணிப்பார். இறுதியில் இருவரும் தண்ணீர் டிரம்மை நெருங்கும்போது 'நீ முதலில் குடி, நீ முதலில் குடி' என்று மாற்றி மாற்றி விட்டுக் கொடுப்பார்கள். மணி அடித்துவிடும். இருவருமே தண்ணீர் குடிக்காமல் வகுப்புக்கு ஓடி விடுவார்கள். படித்துவிட்டு அரை மணி நேரம் என்னை மறந்து கண்ணீர் சிந்துவேன். எதற்காக என்று இன்று நினைவில்லை.

அந்த விதத்தில் வைரமுத்துவைவிட அன்று என்னை அதிகம் பாதித்தவர் கண்ணதாசன். கண்ணதாசனின் உரைநடை படிக்கப் படிக்க ஜிவ்வென்றிருக்கும். நிறுத்தவே முடியாது. அநேகமாக அவருடைய

அனைத்து நாவல்களையும் வாசித்திருக்கிறேன். வாழ்க்கைவரலாறுதான்என்றாலும்வனவாசத்தையும் என்னால் நாவலாகத்தான் அன்று பார்க்க முடிந்தது. கண்ணதாசன், வைரமுத்துவையெல்லாம் கவிஞர்களாக நான் தெரிந்துகொண்டது பிறப்பாடுதான்.

பத்தாம் வகுப்பில் இருந்தபோது மாத நாவல்கள் பக்கம் கவனம் திரும்பியது. உலகில் எங்கு பார்த்தாலும் ராஜேஷ்குமார் இருந்தார். லெண்டிங் லைப்ரரி உறுப்பினராகி தினமொரு புத்தகம் படித்தேன். எ நாவல் டைம் என்றொரு புத்தகம் வரும். பட்டுக்கோட்டை பிரபாகர் அதில் ஒரு நகைச்சுவைக் கதை எழுதியிருந்தார் (பிருந்தாவனமும் நொந்தகுமாரனும்). நான் படித்த முதல் நகைச்சுவை நாவல் அதுதான். அன்று அதற்கு அப்படிச் சிரித்திருக்கிறேன். பார்க்கிறவர்களிடமெல்லாம் அதைச் சொல்லிப் படிக்கச் சொன்னது நினைவிருக்கிறது. அன்று முதல் பிரபாகரின் ரசிகனாகி, அவரை மட்டுமே படித்துக்கொண்டிருந்தேன். என் அப்பா, சுஜாதாவைப் படித்துப் பார் என்று சொன்னார்.நைலான் கயிறு படித்தேன். பிடிக்கவில்லை. கரையெல்லாம் செண்பகப்பூ படித்தேன். அதுவும் பிடிக்கவில்லை. அன்றைய மனநிலையில் பட்டுக்கோட்டைதான் தமிழின் உன்னதமான ஒரே எழுத்தாளர் எனக்கு.

இப்போது எண்ணிப் பார்த்தால் சிறிது வியப்பாக இருக்கிறது. அதுவரை நான் சரித்திர நாவல் எதையுமே படித்திருக்கவில்லை. ஆனால் முதல் முதலில் எழுதிப் பார்க்கத் தொடங்கியது ஒரு சரித்திர நாவலைத்தான். ஸ்ரீராமஜெயம் எழுதி அடிக்கோடிட்டு, இருள்வேந்தன் என்று தலைப்பிட்டு ஒரு சரித்திரக் கதையை எழுத ஆரம்பித்தேன். முப்பது பக்கம் போயிருக்கும் என்று

நினைக்கிறேன். அதன்பின் தொடரத் தெரியவில்லை. சேர சோழ பாண்டியர் யாரையும் அப்போது சரியாகத் தெரியாது என்பதுதான் காரணம்.

மிகுந்த மனச் சோர்வில் இருந்த அந்நாள்களில் பத்தாம் வகுப்புத் தேர்வும் எழுத வேண்டியிருந்தது. தேர்வுகளை அறவே வெறுத்தேன். படிக்கிற பையன்களை அதைவிட வெறுத்தேன். தேர்வுகளற்ற ஒரு பேருலகை அடைந்துவிட மாட்டோமா என்று மிகவும் ஏங்கினேன். ஒரு வழியாக அந்தக் கண்டத்தைக் கடந்ததும் அப்பாவிடம் ஐந்து ரூபாய் வாங்கிக்கொண்டு ஓடிச் சென்று லெண்டிங் லைப்ரரி சந்தாவைப் புதுப்பித்தேன். அந்த விடுமுறை நாள்களில்தான் சரியாக வாசிக்கத் தொடங்கினேன் என்று நினைக்கிறேன். அப்போதுதான் எனக்கு ஜானகிராமன் கிடைத்தார். ராமாமிருதம் கிடைத்தார். அசோகமித்திரனும் சுராவும் கிடைத்தார்கள். ராமாமிருதத்தைப் படித்துவிட்டு மொழி போதை உச்சத்துக்கு ஏறிவிட்டது. நான் முன்னர் எழுதி நிறுத்திய 'இருள் வேந்தன்' சரித்திர நாவலை முற்றிலும் புதிய மொழியில் திரும்ப எழுதிப் பார்த்தேன். அது முன்பு எழுதியதைவிட மோசமாகிவிட்டது போலத் தோன்றியது. கையோடு பொன்னியின் செல்வனைப் படித்தது பெரும் பிழை. அதன் கட்டுமானம் திகைப்படையச் செய்துவிட்டது. நாவலுக்கான உழைப்பெல்லாம் எளிதல்ல என்பது புரிந்தது. அப்படியே நாவல் எழுதினாலும் சரித்திர நாவல் பக்கம் திரும்புவதில்லை என்று முடிவு செய்துகொண்டேன். மனத்தைக் கல்லாக்கிக்கொண்டு இருள் வேந்தனைக் கிழித்துப் போட்டேன்.

எண்ணிப் பார்த்தால் இருபது வயதுக்கு முன்னால் நான் படித்த புத்தகங்களின் எண்ணிக்கை மிக அதிகம்

என்று தோன்றுகிறது. அதன்பின் இன்றுவரை வாசித்தவற்றைக் காட்டிலும் அதிகம். எல்லா தரப்பு எழுத்துகளையும் படித்தேன்.நூற்றுக் கணக்கான ரஷ்ய மொழிபெயர்ப்புகளை அப்போது வாசித்துத் தீர்த்திருக்கிறேன். வெகுஜன எழுத்து, சிற்றிதழ் எழுத்து என்ற பேதமே கிடையாது. எதையும் படிப்பேன். அபிப்பிராயமே சொல்ல மாட்டேன். படித்துக்கொண்டே இருப்பேன். அவ்வளவுதான். ர.சு. நல்லபெருமாள் என்றொரு எழுத்தாளர். அவரது தரத்துக்கு இன்னும் பெரிய அளவு பேசப்பட்டிருக்க வேண்டும். ஏன் நடக்கவில்லை என்று தெரியவில்லை. அவ்வளவு நன்றாக எழுதுவார். இன்றைக்கும் அவருடைய கல்லுக்குள் ஈரத்தை எடுத்துப் படித்தால், என்னால் படிக்க முடிகிறது. என் அளவுகோல் அதுதான். ஓர் இடைவெளிக்குப் பிறகு திரும்பப் படிக்கும்போதும் அது எனக்குப் பிடிக்க வேண்டும். புதிதாக எதையாவது தரவேண்டும். அதுதான் சரியான எழுத்து. மற்றவை இறந்தவை. அதே போலத்தான் ஆர். சூடாமணி. விட்டல் ராவ். நவீன இலக்கியத்தில் இவர்களுக்கெல்லாம் பெரிய இடமில்லை என்பார்கள். எனக்கென்ன அதைப் பற்றி? என் மனத்தில் என்றும் இருப்பார்கள்.

ஒரு சமயம் அட்டை இல்லாத ஒரு புத்தகம் வாசிக்கக் கிடைத்தது. ஆசிரியர் பெயரைக்கூட நான் பார்க்கவில்லை. நாவலைப் படித்து முடித்த மறுநாளே ஆ. மாதவன் யார் என்று விசாரித்துக்கொண்டு திருவனந்தபுரத்துக்கு பஸ் ஏறிவிட்டேன். கிருஷ்ணப் பருந்து உண்டாக்கிய தாக்கம் அப்படிப்பட்டது. பின்னாள்களில் அசோகமித்திரன் அறிமுகமாகி, பழக்கமாகி, நெருக்கமான பின்பு அவரிடம் இதைச் சொன்னேன். 'ஓடின பாத்தியா? அதுதான். அப்படி

ஒன்ன ஓட வெக்கறதுதான் நல்ல எழுத்து' என்று சொன்னார்.

இன்றும் படித்துக்கொண்டுதான் இருக்கிறேன். ஐம்பது பக்கங்களாவது படிக்காத நாள் கிடையாது. ஆனால் அன்று கிடைத்த மன எழுச்சியோ, ஆவேசமோ, பரவசமோ இன்று வருவதில்லை. மிகவும் ரசிப்பனவற்றை மட்டும் குறித்து வைத்துக்கொள்கிறேன். கிண்டிலில் படிக்கும்போது அது ஒரு வசதி. ஹைலைட் செய்துவிட முடிகிறது. எனக்கெல்லாம் வருடம் முன்னூற்று அறுபத்தைந்து நாள்களும் புத்தக தினம்தான். தேர்ந்தெடுத்துக்கொண்ட வாழ்க்கைதான். இது ஒன்றுதான் இறுதி வரை அலுக்காது என்று நினைக்கிறேன்.

குறைந்தபட்சம் எனக்கு.

வள்ளலாரைப் படித்திருக்கக் கூடாது

நான் குடியிருக்கும் வளாகத்தில் நிறைய புறாக்கள் வசிக்கின்றன. இங்கே வசிக்கும் மனிதர்களைவிட இவை எனக்கு மிகவும் பரிச்சயமானவை. எந்தளவுக்கு என்றால், அவை தரையில் நிற்கும்போது அருகே சென்றால்கூடப் பறந்து செல்லாத அளவுக்கு. எப்படி என்னைப் போன்ற ஒரு நல்லவனை அவை பார்த்திருக்க முடியாதோ, அதே போலத்தான் அவற்றை என் அளவுக்கு இன்னொருவர் கவனித்திருக்க முடியாது என்பதும்.

புறாக்களுக்கு ஒரு குணம் உண்டு. அவை பறக்கத் தொடங்கும்போது காகத்தைப் போலவோ, பிற பறவைகளைப் போலவோ அப்படியே மேலெழும்பிப் பறக்காது. சொய்யாவென்று தரையை நோக்கி வந்து, ஒரு பத்தடி தாழப் பறந்து அப்புறம்தான் மேலெழும்பும். தரையில் இருந்து பறப்பதென்றாலும் இரண்டடி மேலே எழுந்து மீண்டும் சர்ரென்று தரையைக் குத்த வருவது போலக் கீழே இறங்கி வந்து திரும்பவும் மேலே எழுந்து பறக்கும்.

இங்கே குடியிருக்கும் பூனைகளுக்கு இதுதான் இலக்கு. புறாக்கள் தாழப் பறந்து வரும்போது அப்படியே பாய்ந்து கவ்விக்கொண்டு ஓடிவிடும். இதற்காகவே காலை நேரம் புறாக்கள் தத்தமது இருப்பிடங்களில் இருந்து புறப்படும்போது குடியிருப்பு வளாகத்துப் பூனைகள் பிசாசு போலக் கண்ணை விரித்துக்கொண்டும் வாயைத் திறந்துகொண்டும் காத்திருக்கும்.

இன்று ஒரு புகைப்படம் எடுத்தேன். இரண்டு புறாக்கள் புறப்படத் தயாராக ஒரு சன் ஷேடின மேலே உட்கார்ந்திருக்கின்றன. அவை எப்போது கீழே வரும் என்று எதிர்பார்த்து ஒரு பூனை தயாராக நிற்கிறது.புறாக்களுக்குத் தெரியும்; பூனை தங்களுக்காகத்தான் காத்திருக்கிறது என்பது. ஆனாலும் அவற்றால் அப்படியே மேலே பறக்க இயலாது. பறக்கத் தொடங்கினாலே முதலில் கீழே வந்து அங்கிருந்து மேலேறிச் செல்வதுதான் அவற்றின் இயல்பு. வேண்டுமானால் ஒன்று செய்யும். பூனை சலித்துப் போய் வேறிடம் செல்லும் வரை இடத்தை விட்டு அசையாமல் அமர்ந்திருக்கும். எவ்வளவு நேரம் வேண்டுமானாலும். இதையும் பலமுறை கண்டிருக்கிறேன்.

இக்காட்சி கண்ணில் பட்டபோது படம் எடுப்பதற்காக சரியான கோணம் தேடி இரண்டு மூன்று நிமிடங்கள் நான் அதே இடத்தில் நிற்க வேண்டியதானது. இப்படியும் அப்படியும் மொபைலை அசைத்து, ஆட்டி முழுக் காட்சியும் அதன் முழு உயரத்துடன் பதிவாக மிகவும் சிரமப்பட்டேன். பூனையை நெருங்கியும் விலகியும் சரியான தூரத்தை நிர்ணயித்து நின்றுகொண்டு அதன் பிறகுதான் படம் எடுத்தேன்.

புறாக்களைப் போலவே பூனைக்கும் என்னைத் தெரிந்திருக்கிறது. உட்கார்ந்து வக்கணையாக இதை எழுதுவானே தவிர, இவனால் நமக்கு ஆபத்தில்லை; அடித்துத் துரத்துகிற ஆள் இல்லை என்பது. புறாக்களும் உயிர் பிழைக்க வேண்டும். பூனைக்கும் பசி தீர வேண்டும் என்று நினைப்பவன் பாடு எப்போதும் சிக்கல்தான்.

வாழ்வில் பெரிய தவறு செய்துவிட்டேன். நான் வள்ளலாரைப் படித்திருக்கவே கூடாது.

அடுத்தவர் சொல்

தனது முதல் சிறுகதையை எழுதி, ஒரு போட்டிக்கு அனுப்பிப் பரிசு பெற்ற ஒரு சகோதரி சில நாள்களுக்கு முன்னர் சந்திக்க வந்திருந்தார். திட்டங்களிலோ, மொழியிலோ, வெளிப்பாட்டிலோ அவருக்கு எந்தச் சிக்கலும் இல்லை. ஓரளவு வாசிப்பு இருந்தது. தொடர்ந்து படித்துக்கொண்டும் இருந்தார். இருப்பினும் எழுதுவதில் சிறு தயக்கம் இருப்பதாகச் சொன்னார். படித்துவிட்டு யார் என்ன சொல்வார்களோ என்கிற அச்சம் இருந்தது புரிந்தது. நண்பர்களுக்குப் படிக்கத் தருவதற்குக் கூட யோசிப்பதாகச் சொன்னார். புதிதாக எழுத வரும் பெரும்பாலானவர்களுக்கு இந்தத் தயக்கமும் அச்சமும் இருக்கின்றன. யார் என்ன சொல்வார்கள்? நன்றாக இல்லை என்று சொல்லிவிட்டால் என்ன செய்ய? குப்பை என்று ஒரு சொல்லில் நிராகரிக்கப்பட்டுவிடுமானால் அதைத் தாங்க முடியுமா?

இதற்கு பதில் சொல்லும்முன் ஒரு சம்பவம். மௌனி நினைவோடையில் சுந்தர ராமசாமி இதனை

எழுதுகிறார். கிருஷ்ணன் நம்பியுடன் சுந்தர ராமசாமி சிதம்பரத்துக்குச் சென்று மௌனியைச் சந்திக்கிறார். அப்போது நம்பி மௌனியிடம் கேட்கிறார், 'சார், தயக்கத்தோடு கேட்கிறேன். என் கதைகளைப் படித்திருக்கிறீர்களா? எப்படி சார் இருக்கு?'

'உன் கதையா? நீலக்கடல்னு ஒரு கதை எழுதியிருந்தியே. ரொம்ப நன்னா இருக்கு. என்னோட சித்தப்பா ஒருத்தர் இருந்தார். அவருக்கு ஒரு வியாதி. ஒண்ணுக்கு கண்ட் ரோல் இல்லாம போயிண்டே இருக்கும். ஒரு குடம், ரெண்டு குடம் தண்ணியை உடம்புக்குள் எங்கு சேகரிச்சி வெச்சுக்கொண்டிருந்தார் என்று ஆச்சரியப்படும் அளவுக்குப் போய்க்கொண்டே இருப்பார். அந்தக் கதையில் என் சித்தப்பாவை நீ தோற்கடித்துவிட்டாய்.'

'ராமசாமி கதைகள் படிச்சிருக்கேளா? அது பற்றி என்ன நினைக்கிறீர்கள்?'

'ரொம்ப நன்னா எழுதறான். அவனோட மூளை இருக்கில்லியா? அது அவனை எழுத விடாது. குறுக்கே புகுந்து லிட் ரேச்சர் ஆகாம பண்ணிண்டிருக்கும். அதுதான் லிட் ரேச்சர்னு அவன் நினைச்சிண்டிருக்கான். கடைசிவரை அது அப்படித்தான் போகும்.'

மேற்படி சம்பவத்தை சுரா விவரிப்பதில் இருந்து சில வரிகளை மட்டும் இங்கே எடுத்துத் தந்திருக்கிறேன். முழுதாகப் படிக்க விரும்பினால் காலச்சுவடில் வாங்கிப் படித்துக்கொள்ளுங்கள். சொல்ல வருவது இதுதான். சுந்தர ராமசாமியாகவே இருந்தாலும் எழுதியது எப்படி இருக்கிறது என்று இன்னொரு எழுத்தாளரிடம் (குறிப்பாக மூத்த எழுத்தாளர்) கேட்டால் இப்படி ஒரு பதில்தான் வரும்.

சமீபத்தில் லஷ்மி சரவணகுமாரின் வாசகர் ஒருவர் அவரிடம் இப்படி ஒரு கேள்வி கேட்டிருந்தார். 'அந்தப் பையன் எழுதறதுல ஆர்ட் கூடல என்று ... தனிப்பேச்சில் குறிப்பிட்டிருக்கிறார். இது பற்றி நீங்கள் என்ன நினைக்கிறீர்கள்?' (நினைவில் இருந்து எழுதுகிறேன். சொற்கள் மாறியிருக்கலாம்.)

'அவர் சொன்னா சரியாத்தான் இருக்கும்' என்று லஷ்மி இதனைக் கடந்துவிடுகிறார்.

எழுத்துத் துறையில் இது ஒரு பிரச்னை. இன்னொருத்தன் மேலோங்கி வருவது பொதுவாகப் பழம் பெருச்சாளிகளுக்கு ஆகாது. புதிய எழுத்தாளர்களை இனம் கண்டு தூக்கி விடும் வழக்கம் உள்ளவர்களாகச் சித்திரிக்கப்படும் படைப்பாளிகள்கூடக் குறைந்த பட்சம் தனது விசுவாசியாக ஆயுள் சந்தா செலுத்தியிருக்கிறாரா என்று சரி பார்த்துக்கொண்ட பிறகுதான் குறிப்பிடுவார். அப்படிக் குறிப்பிடுவதால் புதியவர்களுக்கு என்ன லாபம் என்று பார்த்தால், உடனே நூறு பேர் கண்ணில் உங்கள் பெயர் தென்படும். அவ்வளவுதான். அவர் சொல்லிவிட்டாரே என்பதற்காகவெல்லாம் உடனே விழுந்து விழுந்து படித்துவிட மாட்டார்கள். இதெல்லாம் ரியாலிடி ஷோக்களில் கண் கலங்கி உணர்ச்சி வசப்பட்டு நிற்கும் கட்டம் வருமே, அதைப் போலத்தான். அதைப் பார்க்கும் நேயர்களும் கண் கலங்கும் காலமெல்லாம் முடிந்துவிட்டது.

என்னைப் பொறுத்தவரை எழுதுவதில் எனக்கு இருக்கும் ஒரே கவலை நான் தொடர்ந்து எழுதிக்கொண்டிருக்கிறேனா என்பதுதான். நான் எழுதுவது இலக்கியமா இல்லையா, காவியமா காப்பியமா கோமேதகமா குப்பையா என்றெல்லாம்

நினைத்துப் பார்ப்பதே இல்லை. அதில் எந்தப் பயனுமில்லை. யாருடைய அபிப்பிராயத்தையும் எதிர்பாராமல், யாருடைய அபிப்பிராயத்தையும் பொருட்படுத்தாமல் எழுதும்போது, பணியில் கவனக் குவிப்பு நிகழும். எழுத்துக்கு அதுதான் முக்கியம். உண்மையிலேயே நன்றாக இருக்குமானால் ஒரு பொட்டு சர்க்கரையைக் கண்டறிந்த எறும்புக் கூட்டத்தினைப் போல எந்த வழியிலாவது வாசகர்கள் வந்து சேர்ந்துவிடுவார்கள். அது போதும். வல்லுநர்கள் வராதிருக்கும்வரை நல்லது.

அந்தப் பெண்ணிடம் அதைத்தான் சொல்லி அனுப்பினேன். யாருக்கும் அனுப்பி கருத்துக் கேட்காதீர்கள். யாராவது தானே படித்து, கருத்துச் சொன்னாலும் கண்டுகொள்ளாதீர்கள். நன்றாக இருப்பதாகச் சொன்னாலும் இந்த விதி பொருந்தும். நீங்கள் எழுதுவது உங்களுக்குப் பிடிக்கிறதா? போதும். உண்மையான தர மதிப்பீடு, எழுதுபவன் காலத்துக்குப் பிறகு என்றாவது நிகழும். பிழைத்துக் கிடந்தால் அடுத்த ஜென்மத்தில் அதைத் தேடி அறிந்துகொள்ளலாம்.

விபூதி யோகம்

இருபத்தைந்து வருடங்களுக்கு முன்பு ராமேஸ்வரத்துக்கு அடிக்கடிச் செல்வேன். காரணம் இருந்தாலும், இல்லாவிட்டாலும் அது வழக்கமாகியிருந்தது. அப்போது கல்கியில் பணியாற்றிக்கொண்டிருந்தேன். வாரம் ஐந்து நாள்கள் வேலை. சனி ஞாயிறு விடுமுறை. வெள்ளிக்கிழமை மாலை ரயில் ஏறினால் சனிக்கிழமை காலை பதினொன்றரைக்கு ராமேஸ்வரம் சென்று சேர்ந்துவிடலாம். ஞாயிறு மாலை வரை அங்கு இருந்துவிட்டுக் கிளம்பினால் திங்கள் முதல் மீண்டும் அலுவலகம், வேலை.

ஈழப் போரின் காரணமாக அகதிகள் வரத்து அப்போது அதிகம் இருந்தது. ஒரு செய்தியாளனாகத்தான் முதல் முறை அங்கே சென்றேன். அடுத்த முறை சென்றதும் செய்தி சேகரிப்பதன் பொருட்டுத்தான் இருந்தது. ஆனால் மிக விரைவில் செய்திகளிலிருந்து மனம் விலகத் தொடங்கிவிட்டது. ராமேஸ்வரம் செல்வதற்குக் காரணம் வேண்டாம் என்று தோன்றியது. எதுவோ ஒன்று மௌனமாக அங்கிருந்து

அழைத்துக்கொண்டே இருப்பது போல ஓர் எண்ணம். பிடிபடாததொரு பூடகம். என்னவானால் என்ன. அடிக்கடிப் போக ஆரம்பித்தேன். ஒரு முறை ஒரு நாவலுக்கான யோசனை அங்கே கிடைத்தது. பிறகு அதையே ஒரு காரணமாக வைத்துக்கொண்டு மீண்டும் சென்றேன். இன்னொரு முறை திரும்பவும் செய்தியாளனாகப் போக நேர்ந்தது. அம்முறைதான் முன் சொன்ன உள்ளுணர்வுக்கான காரணத்தை அறிய முடிந்தது. அந்தத் தருணத்துக்குச் சரியாகப் பத்தாண்டுகளுக்கு முன்பு அறிமுகமான ஒரு சித்தரை மீண்டும் அங்கே கண்டேன். அவரது உண்மைப் பெயர் எனக்குத் தெரியாது. அவர் சொன்னதில்லை. திருச்சிராப்பள்ளி சுற்று வட்டாரத்தில் சிலர் அவரை சொரிமுத்து வைத்தியர் என்றார்கள். யதியில் அந்தப் பெயரைத்தான் அவருக்குத் தந்திருந்தேன்.

நான் சந்தித்த நாள்களில் திருச்சி - மதுரை இருப்புப் பாதைவழியில்ஊருக்குவெளியேஒருசிறுகுடிசையில் இருந்தார். அது நிரந்தர வசிப்பிடமெல்லாம் இல்லை. அவருக்குத்தெரிந்த யாரோ ஒருவருடைய குடிசையாக இருக்கலாம். அந்தப் பக்கம் வரும்போது அங்கே தங்குவார். அவ்வளவுதான். எங்கே இருக்கிறாரோ, அங்கே வைத்தியத்துக்கு செலவு செய்ய முடியாத மிக மிக எளிய மனிதர்களின் சாதாரண தலைவலி, ஜலதோஷம்,காய்ச்சல்களை சொஸ்தப்படுத்துவார். பலரது வியாதிகளை அவர் உச்சந்தலையைத் தொட்டு குணப்படுத்திவிட்டு,அதை அவர்கள் உணராதிருக்க விபூதி கொடுத்து அனுப்பியதை நேரில் கண்டிருக்கிறேன். உண்மையில், வாழ்வின் ஆகப்பெரிய வலிகளில் இருந்து உரியவர்களுக்கு விடுதலை தரும் பணியை மேற்கொண்டிருந்தவர் அவர். சிலவற்றைச் சொன்னால் அறிவியலுக்கு முரண் என்று ஓடி வருவார்கள். ஆனால் அவர்

ஒரு செருப்புத் தொழிலாளியின் புற்று நோயைக் குணப்படுத்தியிருக்கிறார். எனக்குத் தெரிந்தது அது ஒன்று. தெரியாமல் எவ்வளவோ இருக்கலாம்.

அவரோடு உரையாடக் கிடைத்த ஒவ்வொரு சந்தர்ப்பத்திலும் நான் தவறாமல் கேட்ட கேள்வி, 'எதற்கு இப்படி விபூதி கொடுத்து ஏமாற்றுகிறீர்கள்? அதில் ஒன்றும் இல்லை என்பதை நான் அறிவேன். உங்களைக் காட்டிக்கொள்ளாமல் இருப்பதில் கவனமாக இருக்கிறீர்கள். அதை ஒப்புக் கொள்ளுங்கள்.'

பதில் சொல்ல மாட்டார். சில சமயம் சிரிப்பார். பெரும்பாலும் அதுவும் இருக்காது. ஒருமுறை அவரைச் சந்திக்கச் சென்று, விடைபெற்றபோது என்னைக் கைநீட்டச் சொல்லி விபூதி கொடுத்தார். அதற்கு முன் அவர் எனக்கு விபூதி தந்ததில்லை. நானும் ஒன்றும் சொல்லாமல் வாங்கி நெற்றியில் வைத்துக்கொண்டேன். (பொதுவாக நான் குங்குமம் மட்டும்தான் நெற்றியில் வைப்பேன். 13-14 வயது முதல் அதுதான் பழக்கம்.) ஏனோ அம்முறை அவர் சிரித்தார். அது எனக்குப் புரியவில்லை. அதன்பின் அவர் எனக்குத் தென்படப் போவதில்லை என்பதைக் குறிப்பால் சொல்லியிருக்கலாம்.

எல்லாமே பூமி சுழல்வதைப் போல இயல்பாகத்தான் நடந்தது. படிப்படியாக சாமியார்களைத் தேடிச் செல்வதைக் குறைத்துக்கொள்ளத் தொடங்கினேன். எத்தனைக் குட்டிக்கரணம் அடித்தாலும் உன்னால் ஒரு சன்னியாசி ஆக முடியாது; நீ கற்பனையில் வாழ்பவன் என்று மயிலாப்பூர் ராமகிருஷ்ண மடத்தில் சுவாமி தபஸ்யானந்தா ஒருமுறை சொன்னார். அவர் சொன்னதற்கேற்ப என் கவனம் முழுவதும் படிப்பில்

திரும்பிவிட்டது. மெல்ல மெல்லக் கதைகள் எழுதிப் பார்க்க ஆரம்பித்தேன். அசோகமித்திரனைச் சந்தித்தேன். அற்புதங்களை அந்தரத்திலிருந்து அல்லாமல் சாதாரண மனிதர்களின் வாழ்விலிருந்தும் எடுத்துக் காட்ட முடியும் என்பதை அவரது எழுத்தில் பயின்றேன். பிறகு எழுத்தே என் மீட்சிக்கு வழி என்று தெரிந்துகொண்டு இந்தப் பக்கம் ஒதுங்கிவிட்டேன்.

அது இருக்கட்டும். அந்த ராமேஸ்வரம் பயணத்தைக் குறித்துச் சொல்ல வந்தேன். அது மூன்றாவது முறையாக ஒரு செய்தியாளனாக மட்டும் நான் அங்கே சென்றிருந்த சமயம். அங்கே ஏ.எஸ். பன்னீர் செல்வம், பிரசாந்த் பாஞ்சியார் போன்ற பல ஆங்கிலப் பத்திரிகையாளர்களும் ராமேஸ்வரத்தில் முகாம் இட்டிருந்தார்கள்.

ஒவ்வொரு நாளும் நூற்றுக் கணக்கான மக்கள் இலங்கையில் இருந்து கள்ளப் படகுகளில் வந்து நான்காம் திட்டில் இறங்கிக்கொண்டிருந்தார்கள். வீடு, நாடு, உடைமை, உறவுகள் அனைத்தையும் அடுத்து என்னவென்று தெரியாமல் விட்டுவிட்டு உயிருக்காக மட்டும் ஓடி வருவது என்றால் என்னவென்று நம்மால் புரிந்துகொள்ளவே முடியாது. ஏனெனில் நம் நாட்டில் என்ன இல்லாவிட்டாலும் குடி மக்களுக்கான அடிப்படைப் பாதுகாப்பு இருக்கிறது. எவ்வளவு மோசமானாலும் ஜனநாயகம் என்ற ஒன்று இருக்கிறது. அது இல்லாத தேசத்தவரின் துயரம் ஒப்பீடே இல்லாதது.இரண்டு நிமிடம் பேசுவதற்குள் அழுதுவிடுவார்கள். அவர்களின் முகம் சொல்லாத எதையும் பேசிச் சேகரிக்க முடியாது என்று எனக்கு மண்டபம் முகாமிலேயே தோன்றிவிட்டது. இருப்பினும் பத்திரிகைக் கடமை என்ற ஒன்று இருக்கிறதல்லவா? அவர்கள் வந்திறங்கும்போதே

சந்தித்துப் பேசுவதன் பொருட்டு நான்காம் திட்டுக்குச் செல்ல ஆயத்தமானேன்.

என்னோடு சேர்த்து சுமார் ஏழெட்டுப் பத்திரிகையாளர்களுக்கு மட்டும் கடற்படை விசைப் படகில் அதிகாரிகள் துணையுடன் நான்காம் திட்டுக்குச் சென்று வர அனுமதி கிடைத்தது. அந்தப் பயணமும் அன்று நான் பெற்றவையும் தனிக்கதை. அதற்கு அப்பால் ஒரு சம்பவம் நடந்தது. அதுதான் இந்தக் கட்டுரைக்கு சாரம்.

அன்று நான்காம் திட்டுக்குச் சென்றுவிட்டுத் திரும்பிக் கொண்டிருந்தபோது கரையில் இருந்து படகுக்கு ஒரு செய்தி வந்தது. 'கல்கி பத்திரிகையாளருக்குச் சென்னையில் இருந்து ஒரு அவசரச் செய்தி வந்திருக்கிறது.'

அப்பாவுக்கு ஹார்ட் அட்டாக். வடபழனி விஜயாவில் அட்மிட் செய்திருந்தார்கள்.

உண்மையிலேயே அப்போது நிலை குலைந்துவிட்டேன். ராமேஸ்வரத்தில் இருந்து சென்னைக்குச் செல்ல அந்த நண்பகல் பொழுதில் பேருந்துகள் இல்லை. அன்றைய ரயிலுக்கு என்னிடம் டிக்கெட் இல்லை. வேறு வழியே இல்லை; கிடைக்கிற வண்டியில் தொற்றிக்கொண்டு ஒவ்வொரு ஊராகச் சென்றிறங்கி, சென்னையை அடைய வேண்டியதுதான் என்று முடிவு செய்தேன். செல்போன் வந்திராத காலம் என்பதால் தகவல் தொடர்பும் அவ்வளவு எளிதல்ல. நான் கிளம்பிவிட்டேன் என்று வீட்டுக்கு போன் செய்யும்படி என்னுடன் வந்திருந்த புகைப்படக்காரரிடம் சொல்லிவிட்டு வண்டி பிடிக்க ஓடினேன். கோயில் வாசலைக் கடந்த சமயம் நின்று கும்பிட்டுவிட்டுப் போகக்கூடத் தோன்றவில்லை. அவ்வளவு பதற்றம். ஆனால் மதில் சுவரின்

எல்லையை நெருங்கியபோது பேயடித்தாற்போல நின்றுவிட்டேன்.

சொரிமுத்து சித்தரின் முகம் பத்தாண்டுகளுக்குப் பிறகு அன்று என் கண்ணில் படுகிறது. மதில் சுவரின் ஓரம் ஒரு சிவப்பு நிறக் காசித் துண்டைத் தலையில் சுற்றிக்கொண்டு அவர் குத்திட்டு அமர்ந்திருக்கிறார். இடது கையில் அவர் எப்போதும் வைத்திருக்கும் உருட்டாந்தடி. முழங்கால் வரை உயர்த்திக் கட்டிய பழுப்பேறிய காவி வேட்டி. மேலுக்கு ஒன்றுமில்லை. தலை வாரிப் பின்னிக்கொண்ட பிறகு பெண்கள் சுருட்டி எறியும் உதிர்ந்த கூந்தலைப் போல நெஞ்செங்கும் சுருண்டு கிடந்த கருப்பு வெள்ளை முடி.

கண்ணில்தான் தென்பட்டாரா, அல்லது நினைவில் தோன்றினாரா என்று இப்போது வரை தெரியாது. உண்மையில் அவரை அப்போது நான் நினைக்கவேயில்லை. அவரேதான் வந்திருக்கிறார். பதறிப் போய், தென்பட்ட இடத்தை எட்டி அடைந்தபோது அவர் இல்லை. ஒரு சிறிய தாளில் யாரோ விபூதியைக் கொட்டி அந்த ஓரமாக வைத்துவிட்டுப் போயிருந்தார்கள். அது அவராகவும் இருக்கலாம். வேறு யாராவதாகவும் இருக்கலாம். தெரியாது. அதைப் பார்த்தபோதுதான் நான் கோயிலுக்குச் செல்லவில்லை; வெளியில் நின்று கும்பிடக்கூட இல்லை என்பதே நினைவுக்கு வந்தது.

அந்தத் தாளை எடுத்துக்கொண்டேன். சிறிது விபூதியை எடுத்து நெற்றியில் வைத்துக்கொண்டு மிச்சத்தை மடித்து பாக்கெட்டில் போட்டுக்கொண்டேன். இப்போது அவரை மானசீகத்தில் வேண்டிக் கொண்டேன். அப்பாவுக்கு எதுவும் ஆகக்கூடாது. அவர் பிழைத்துவிட வேண்டும்.

ராமேஸ்வரம் பேருந்து நிலையத்தில் புறப்படத் தயாராக இருந்த ஏதோ ஒரு வண்டியில் ஏறி, பாதி வழியில் இறங்கி வேறொரு பேருந்தில் மதுரைக்குச் சென்று, அங்கிருந்து விழுப்புரம் வரை இன்னொரு வண்டியில் பயணம் செய்து, விழுப்புரத்தில் இருந்து சென்னை வந்து, வடபழனியை அடைந்து எப்படியோ மறுநாள் காலை ஏழு மணிக்கு மருத்துவமனைக்குப் போய்விட்டேன். அப்பாவைப் பார்க்க அனுமதித்ததும் அந்த விபூதியை எடுத்து அவர் நெற்றியில் வைத்தேன்.

இது நடந்தபோது அவருக்கு அறுபத்திரண்டு வயது. 2017ல் தனது எண்பத்திரண்டாவது வயதில் அவர் காலமானார். இடையில் இன்னொரு முறை அவருக்கு மாரடைப்பு வந்ததேயில்லை.

அன்று அவர் நெற்றியில் நான் வைத்த விபூதிக்குப் பிறகு அவர் விபூதி வைத்துப் பார்த்த நினைவில்லை. அன்று முதல் நான் விபூதி வைக்காமலும் இருந்ததில்லை.

அந்த ராமேஸ்வரம் பயணம் என்னால் என்றுமே மறக்க முடியாதது. அற்புதம் என்றால் அற்புதம். இல்லை என்றால் இல்லை. எல்லாம் அவரவர் தேர்வு. ஆனால் நியாயமாக எண்ணிப் பார்த்தால் அன்று எனக்கிருந்த துயரத்தைவிட நான்காம் திட்டில் நான் கண்டவர்களின் துயரம் மிகப் பெரிது. ஒப்பிடவே முடியாதது. அன்று அதை நினைத்துப் பார்க்கவில்லை. இப்போது நினைத்துக்கொள்கிறேன்.

செய்வதற்கு ஒன்றுமில்லை. எல்லோருக்குமான மந்திரித்த விபூதியை ஏனோ எந்தச் சித்தரும் பொதுவில் கொட்டி வைப்பதில்லை.

வளர்ப்பு மீன்

பட்டுக்கோட்டை ஜோதிடர் என்னை மீன் வளர்க்கச் சொல்கிறார். நல்லது நடக்கும் என்று யார் சொன்னாலும் நல்லதுதானே? குறிப்பாகப் பட்டுக்கோட்டை சொன்னால் சரியாகத்தான் இருக்கும். ஆனால் எனக்கு இதில் ஒரு சிக்கல் இருக்கிறது. நான் செல்லப் பிராணிகள் வளர்த்ததே இல்லை. எங்கள் வீட்டில் தினமும் காக்கைகளுக்கும் புறாக்களுக்கும் மதிய சாப்பாடு வைக்கிறோம். அதனால் பறவை வளர்ப்பதாகி விடுமா?

எனக்குத் தெரிந்த தயாரிப்பாளர் ஒருவர் இருந்தார். அவருக்கு ஒன்றுக்கு மேற்பட்ட வாரிசுகள் உண்டென்றாலும் அவர் வளர்த்து வந்த இரண்டு நாய்களைத்தான் தனது உயிருக்கு நிகராகக் கருதினார். இரண்டும் மிகவும் அச்சமூட்டும்படியாக ஆளும் தோளும் வேல்முருகா என்றிருக்கும். நாய்களெல்லாம் மூன்றடி உயரம் ஏன் வளர வேண்டும் என்று அவற்றைப் பார்க்கும்போது எப்போதும் தோன்றும். நாங்கள் ஏதாவது முக்கியமாகப்

பேசிக்கொண்டிருக்கும்போது கர்புர் என்று மூச்சு விட்டுக்கொண்டு, ராட்சசன்களைப் போல நடந்து வரும். பயந்த சுபாவம் கொண்டவனான நான் அவற்றைக் கண்டதுமே அலறிக்கொண்டு சோபாவின் மீது எழுந்து நின்றுவிடுவேன். 'ஒண்ணும் பண்ணமாட்டான் சார் என் செல்லக்குட்டி. நீங்க உக்காருங்க' என்பார் தயாரிப்பாளர். என்னை சமாதானப்படுத்துவதற்காக அவரது செல்லங்களை இரண்டு கெட்ட வார்த்தைகளால் திட்டிவிட்டு, பிறகு இழுத்துப் பிடித்து முத்தமெல்லாம் கொடுத்து, 'வெளிய போய் விளையாடுடா. வேலையா இருக்கம்ல?' என்று சொல்லுவார்.

அந்த இரண்டில் ஒன்று ஒருநாள் இறந்தது. அன்றெல்லாம் அவரது அழுகை கொஞ்ச நஞ்சமல்ல. அவரிடம் வேலை பார்த்துக்கொண்டிருந்தவர்கள் வேறு வழியில்லாமல் மாலையெல்லாம் வாங்கிக்கொண்டு போய் அஞ்சலி செலுத்தினார்கள். நிச்சயமாக அவர் பத்து நாள் காரியம் முடித்து, சவுண்டிகிரணம், சுபஸ்வீகாரமெல்லாம் கிரமமாகச் செய்திருப்பார் என்பதில் சந்தேகமில்லை.

நானறிந்த இன்னொரு நண்பர் வீட்டில் கண்ணாடித் தொட்டி வைத்துப் பொன் நிறத்தில் ஒரு மீன் வளர்த்து வந்தார்கள். நல்ல பெரிய, திடகாத்திரமான மீன். ஏழெட்டுகிலோஇருக்கும்என்றுநினைக்கிறேன்.ஏதோ சீனத்து வாஸ்து மீன் என்று சொன்னார்கள். வேளை தவறாமல் அதற்கு உணவளிப்பதும், தொட்டி நீரை அடிக்கடி மாற்றுவதும், மின்சாரம் போய்விட்டால் குழந்தையின் உறக்கம் கலைந்துவிடுமே என்று பதறி விசிறுவது போல ஓடிச் சென்று தொட்டிக்குள் காற்று புக வழி செய்வதுமாக அப்படியொரு அக்கறையுடன் அந்த மீனை கவனித்துக்கொண்டார்கள்.

ஆனால் என்ன? அதுவும் ஒருநாள் இறந்து போனது. அன்றெல்லாம் அந்தக் குடும்பத் தலைவி தலைவிரி கோலமாக அழுது அழுது முகம் வீங்கி, நைட்டி அணிந்த கைகேயியைப் போலக் காட்சியளித்தார். பார்க்கவே பரிதாபமாக இருந்தது.

ஒன்றிரண்டு மாதங்களுக்கு முன்பு எதற்காகவோ ஒருநாள் காலை வேளையில் சாருவுக்கு போன் செய்தேன். சில நிமிடங்கள் தீவிரமாகப் பேசிக்கொண்டிருந்தோம். வேறென்ன. ஏதோ ஒரு வம்பு விவகாரம். இரண்டு ஆண் எழுத்தாளர்கள் ஊர் வம்பு பேசத் தொடங்கினால் அதில் எழுத்தாளரல்லாத இரண்டு பெண்கள் பேசுகிற வம்பினும் கலையம்சம் தூக்கலாக இருக்கும். அவ்வளவு சீக்கிரம் அந்த உரையாடல் நிறைவடையாது. குறிப்பாக அந்நிய சக்திகளால் அதைத் தடுக்க முடியாது. ஆனால் அன்றைக்கு ஏதோ அசம்பாவிதமாகிவிட்டது. திடீரென்று எங்கோ தொலைவில் இருந்து யாரோ அவரை அழைக்கும் சத்தம் கேட்டது. அதுவும் பதற்றமாக. அந்த அழைப்பின் அவசர கதியை என்னால் உணர முடிந்தது. அவ்வளவுதான். 'ராகவன், போன வைங்க. நான் திரும்ப கூப்பிடறேன்' என்று சொல்லிவிட்டு ஓடியே விட்டார்.

நெருப்புகிருப்பு பிடித்துக்கொண்டதோ, அக்கம் பக்கத்தில் யாராவது இறந்துவிட்டார்களோ, அட மறந்து போய் சாருவுக்கு சாகித்ய அகடமி விருதே கொடுத்துவிட்டார்களோ என்று என்னென்னவோ நினைத்துவிட்டேன். பத்து நிமிடங்களுக்குப் பிறகு அவர் திரும்ப அழைத்தபோது சிறிது தயக்கத்துடன் என்ன விஷயம் என்று கேட்டேன்.

'ஒண்ணுமில்ல. கீழ என் ஒய்ஃப் பூனைங்களுக்கு சாப்பாடு குடுத்துக்கிட்டிருக்கா. போதாம போயிடுச்சி

போல. என்னை எடுத்துட்டு வர சொன்னா. காக்க வெக்க முடியாது பாருங்க. அதான் ஓடிட்டேன்' என்று சொன்னார்.

இந்த மனநிலையெல்லாம் எனக்கு வருமா என்று யோசிக்கிறேன். இந்த ஜென்மத்தில் சாத்தியமில்லை என்றே தோன்றுகிறது. இப்போது நான் என்ன செய்ய? ஆனால் ரிஷப ராசிக்காரர்கள் மீன் வளர்த்தால் நல்லது நடக்கும் என்று பட்டுக்கோட்டை ஜோதிடர் சொல்லிவிட்டார். சாருவும் ரிஷப ராசிதான். அவர் ஒரு தொட்டி வாங்கி மீன் வளர்க்கலாம். அவருக்கு அதற்கு அனைத்துத் தகுதிகளும் இருக்கின்றன.

பரிதாபத்துக்குரிய பாரா தன்னையே ஒரு கொழுத்த மீனாகக் கருதிக் கொள்வதைத் தவிர வேறு வழி இல்லை.

யாருக்கும் இழப்பில்லை

இருபது ஆண்டுகளுக்கு முன்பு வரை மிகத் தீவிரமாகத் திரைப்படங்களைப் பார்த்துக்கொண்டிருந்தேன். அது தீவிரம்கூட அல்ல. அதைத் தாண்டியதொரு வெறி கொண்ட வேட்கை. இந்தியப் படங்கள், உலகப் படங்கள், ஹாலிவுட் படங்கள், கொரியன் படங்கள், சீனாவின் பிரசித்தி பெற்ற கராத்தே, குங்ஃபூ படங்கள், இந்த எந்த இனத்துடனும் சேராத மசாலா டப்பிங் படங்கள் இப்படி. எந்தத் திரைப்பட விழாவையும் தவறவிட்டதில்லை. அதேபோலத் தமிழ்ப் படங்கள் வெளியாகும்போதும் உடனுக்குடன் பார்த்துவிடுவேன். கல்கியில் இருந்தபோது எட்டாண்டுக் காலம் சினிமா விமரிசனம் எழுதும் பணி என்னிடம்தான் இருந்தது என்பதால் அநேகமாகத் தினமும் ஏதாவது ஒரு படத்துக்கு ப்ரீ வ்யூ காட்சி இருக்கும். ஒவ்வொரு நாளும் அலுவலக வேலைகளை முடித்துவிட்டுப் படம் பார்க்கப் போய்விடுவேன். இரவு வீடு திரும்ப தினமுமே பதினொரு மணி ஆகும். இப்படிப் பார்க்கும்

படங்களில் என்னைக் கவர்வனவற்றை மட்டும் சிடியாக வாங்கிச் சேகரிக்கத் தொடங்கினேன். பிறகு அந்த சிடிக்களைப் பாதுகாக்க மூன்றடி நீளமும் ஒன்றரை அடி உயரமும் கொண்ட மூன்று பிளாஸ்டிக் பெட்டிகளை சரவணா ஸ்டோர்ஸில் வாங்கினேன். அதுவும் நிரம்பி, பிறகு ஹார்லிக்ஸ் அட்டைப் பெட்டிகளில்கூடப் போட்டு வைக்க வேண்டி வந்தது.

அந்தளவு பார்த்துத் தீர்த்ததாலோ என்னவோ, ஏதோ ஒரு கட்டத்தில் சினிமா பிடிக்காமல் போய்விட்டது. இப்படிக்கூட ஆகுமா? எனக்கே ஆச்சரியம்தான். என் பல்லாண்டுக் கால சிடி சேமிப்பை மொத்தமாக ஒரு நாள் தூக்கிப் போட்டேன். யார் யாரோ எடுத்துச் சென்றார்கள். இன்று என்னிடம் ஒரு திரைப்பட சிடிகூடக் கிடையாது. தியேட்டருக்குச் சென்று படம் பார்ப்பது மிக மிக அபூர்வமாகிவிட்டது. மகளுக்காக, மனைவிக்காக எப்போதாவது - அநேகமாக அது ஆண்டுக்கு ஒரு முறையாக அல்லது இரண்டாண்டுகளுக்கு ஒரு முறையாக இருக்கக்கூடும் - தியேட்டருக்குப் போகிறேன். தொலைக்காட்சியிலும் படம் பார்க்கும் வழக்கம் இல்லாமலாகிவிட்டது. இணையத் திரையரங்குகள் பெருகி,நண்பர்கள் தினமும் எதையாவது பரிந்துரை செய்வதைப் பார்க்கிறேன். அமேசான் ப்ரைம், சன் நெக்ஸ்ட், ஹாட் ஸ்டார்,நெட்ஃப்ளிக்ஸ் சந்தாக்கள் இருப்பினும் இவற்றில் மொத்தமாக இதுவரை பார்த்தது ஏழெட்டு படங்கள்தாம் இருக்கும்.

தொலைக்காட்சித் தொடர்களும் இப்படித்தான். ஓரிரு தினங்களுக்கு முன்பு இங்கே சௌம்யா ராகவன், 'நாம் எழுதியதை எப்படிக் காட்சிப்படுத்தியிருக்கிறார்கள் என்பதைத் தெரிந்துகொள்ளவேனும் சீரியல் பார்க்க வேண்டாமா?'என்று கேட்டார். உண்மையிலேயே

எனக்கு அந்த ஆர்வம் ஏற்படுவதில்லை. ரேட்டிங் யுத்தத்தில் இரண்டாவதாகக் களப்பலி ஆக்கப்படுபவர்கள் இயக்குநர்கள்தாம். (முதல் களப்பலி திரைக்கதை ஆசிரியர்கள்) எனவே மிகவும் கவனமுடனும் தேவைக்கேற்பவும் சுவாரசியக் குறைபாடில்லாமலும்தான் எடுப்பார்கள். நான் எழுதுவதற்கு அப்பால் காட்சியை மேலும் மெருகூட்டிவிடக் கூடிய இயக்குநர்கள் பலர் இருக்கிறார்கள். எனவே நான் எழுதும் சீரியல்கள் எப்படி வருகின்றன என்று பார்க்கிற ஆர்வமும் ஏற்படுவதில்லை. சில நாள் சாப்பிட உட்காரும்போது ஓரிரு காட்சிகள் பார்ப்பேன். அத்துடன் சரி.

என் மனைவி மிகவும் கறாராகத் தேர்ந்தெடுத்து சில சீரியல்களைப் பார்ப்பார். (திரைப்படத் தேர்விலும் அவர் கறாரானவர். பெரும்பாலும் மராத்திப் படங்களை மட்டும் பார்ப்பார். எப்போதாவது மலையாளப் படங்கள். தவறியும் தமிழ்ப் படம் பார்த்து நான் கண்டதில்லை.) அப்படிப் பார்க்கும் சீரியல்களில் ஏதாவது மிகச் சிறப்பாக இருந்துவிடுமானால் என்னிடம் சொல்வார். சமீபத்தில் கலர்ஸ் தொலைக்காட்சியில் வருகிற பொம்மி என்கிற டப்பிங் சீரியலை நான் பார்க்க வேண்டும் என்று சொன்னார். (இப்படித்தான் இரண்டு ஆண்டுகளுக்கு முன்னர் பாண்டியன் ஸ்டோர்ஸைச் சொன்னார்.) ஓரிரு எபிசோட்களில் ஒன்றிரண்டு காட்சிகள் பார்த்ததில், மிகவும் பிடித்திருந்தது. தமிழ் வசனங்கள் அவ்வளவு அருமையாக இருக்கின்றன. ஒரு எட்டு வயதுக் குழந்தைதான் கதாநாயகி. எங்கிருந்து பிடித்தார்களோ தெரியவில்லை. அவ்வளவு நன்றாக நடிக்கிறது அந்தக் குழந்தை. இத்தனை இருந்தும் அந்த ஒன்றிரண்டு காட்சிகள்தாம். அதற்குமேல் என்னால் முடிவதில்லை.

ஏன் இப்படி ஆகிப் போனேன் என்று உண்மையிலேயே தெரியவில்லை. இரண்டாயிரம், மூவாயிரம் பக்கங்கள் வரும் பெரும் தொகுப்பு நூல்களைக் கூட (மகாத்மா காந்தி நூல் தொகுப்பு, ஸ்ரீபாஷ்யம் நூல் தொகுப்பு, அல் புஹாரி, ஜாமிவுத் திர்மிதீ போன்ற நபி மொழித் தொகுப்புகள், மகாபாரதம், அதர்வ வேதம் போன்றவை) சிறிது சிறிதாகப் படித்து எப்படியோ முடித்துவிட முடிகிறது. எம்.டி. ராமநாதன், மதுரை சோமு, பாலமுரளியில் தொடங்கி டி.எம். கிருஷ்ணா வரை சலிக்காமல் கேட்க முடிகிறது. இளையராஜா முதல் யானி, ரஹ்மான், இமான் யாருடைய பாடலையும் ரசிக்கிறேன். கவராவிட்டாலும் யுவன், அநிருத் போன்றோரையும் கேட்கிறேன். ஆனால் இரண்டு மணி நேரம் ஒரு திரைப்படத்திலோ, தினமும் அரை மணி நேரம் ஒரு நெடுந்தொடரிலோ உட்கார முடிவதில்லை. ஏழெட்டு நாள்களில் பார்த்துவிடலாம் என்று தோன்றும் வெப் சீரிஸ்களைக் கூடப் பதினைந்து நிமிடங்களுக்கு மேல் பார்த்ததில்லை. ஒரே ஒரு வெப் சீரிஸ் - ஐஎன்ஏ பற்றியது - சென்ற வருடம் ஊரடங்கு தொடங்கியபோது பார்த்தேன். அது ஒன்றுதான் முழுக்கப் பார்த்தது. ரஜனீஷ் பற்றி நெட் ஃபிளிக்ஸில் உள்ள ஒரு தொடரில் முக்கால்வாசி பார்த்தேன்.

ஆனால் ஓய்வெடுக்க நினைக்கும்போது நகைச்சுவைக் காட்சிகளைப் பார்க்கிறேன். கலகலப்பு 1, கலகலப்பு 2, வேலைன்னு வந்துட்டா வெள்ளைக்காரன், பம்மல் கே சம்மந்தம், பஞ்சதந்திரம், வருத்தப்படாத வாலிபர் சங்கம் போன்ற திரைப்படங்களை இங்கு கொஞ்சம் அங்கு கொஞ்சமாகவே நூறு முறை பார்த்திருப்பேன். சன் நெக்ஸ்டில் வடிவேல் காமெடி, கௌண்டமணி செந்தில் காமெடி என்று

தனித்தனியே பிரித்து வைத்திருப்பார்கள். அதைப் பார்க்கிறேன். இவை அலுக்கவேயில்லை. மற்றபடி தீவிர கவனத்தைக் கோரும் உரிமையை ஏனோ திரைப்படங்கள் என்னிடம் இழந்துவிட்டன. அந்தத் துறையில்தான் இருக்கிறேன். அதற்குத்தான் எழுதுகிறேன். அதற்கான நேரத்தில் என் முழுக் கவனத்தையும் சிதறாமல் அளிக்கிறேன். எழுதுகிற ஒவ்வொரு காட்சியையும் மனத்தில் ஓடவிட்டுப் பார்த்த பின்பே எழுதத் தொடங்குகிறேன். அது வேறு விஷயம். ஆனால் நான் உட்கார்ந்து பார்க்க இன்னும் ஏதோ வேண்டியிருக்கிறது. ஒரு சிறிய, பிரத்தியேக அழகு. ஊர் ஒப்புக்கொள்ளும் அழகல்ல. என் மனம் ஒப்புக்கொள்ளும் அழகு. அது மொத்தப் படத்திலும் நிரவி வரவேண்டும். மோசமான படமாகவே இருந்தாலும் எனக்குப் பிரச்னை இல்லை. ஆனால் அது ஒரு தனித்துவம் மிக்க மோசமாக இருக்க வேண்டும்.

இதெல்லாம் என்ன அபத்தம் என்று எனக்கே சிரிப்புத்தான் வருகிறது. நான் ஒருவன் படம் பார்க்காவிட்டால் யாருக்கு நஷ்டம்? ஒன்றுமே இல்லை. ஆனால் என்னைப் போன்ற தீவிர ரசிகன் கோடியில் ஒருவன்தான் இருக்க முடியும். இதில் எனக்குச் சந்தேகமே இல்லை. அந்த ஒருவனை சினிமா இழந்துவிட்டது. இதிலும் சந்தேகமில்லை.

கிறுக்கன்

எப்படி முயற்சி செய்தாலும் சில கிறுக்குத்தனங்களை என்னால் விட முடிவதேயில்லை. எழுத்தாளர்கள் கொஞ்சம் முன்னப்பின்னதான் இருப்பார்கள் என்று முத்திரை குத்திவிட முடியாது. மிகவும் நேர்த்தியாக வாழும் பல எழுத்தாளர்களை எனக்குத் தெரியும். என்னுடைய கிறுக்குத்தனங்களுக்கான பழியை மரபணுவின் மீது போட்டுவிடலாமா என்றால் அதுவும் முடிவதில்லை. வம்சத்தில் என்னைத் தவிர பிறர் சரியாகத்தான் இருக்கிறார்கள். நான் மட்டும்தான் உருமாறிய டெல்டாவாக இருக்கிறேன்.

ஓர் உதாரணம் சொல்கிறேன். என் அலுவலகம் இருக்கும் சாமியார் மடம் பகுதியில் இருந்து மேற்கு மாம்பலம் ஆரிய கௌடா சாலைக்குச் செல்ல வேண்டுமானால் அதற்கொரு எளிய வழி இருக்கிறது. அப்படியே அம்பேத்கர் சாலையைக் கடந்து காளி பாரி கோயில் தெருவைப் பிடித்தால் இரண்டு நிமிடத்தில் கொண்டு சேர்த்துவிடும். ஆனால் நான் அப்படிப் போகமாட்டேன். ஸ்கூட்டரில் அம்பேத்கர்

சாலையில் முக்கால் வாசித் தூரம் பயணம் செய்து புதூர் ஹைஸ்கூல் எதிரே இடப்புறம் திரும்புவேன். அப்படியே நேராக ஆயிரம் மீட்டர் பயணம் செய்தால் போஸ்டல் காலனி முதல் தெரு வரும். அதில் திரும்பி அந்த முழுத் தெருவைக் கடந்தால் ஆரிய கௌடா சாலையின் இந்தப் பக்கத் தொடக்கம் தென்படும். அங்கிருந்து புறப்பட்டுக் கடை கடையாகப் போனால்தான் எனக்குத் திருப்தி.

இதில் அநியாயம் என்னவென்றால், புதூர் ஹைஸ்கூல் எதிரே திரும்பிய உடனேயே வரிசையாக பாலகிருஷ்ணன் தெரு, மகாதேவன் தெருவெல்லாம் வரும். எதில் திரும்பினாலும் ஆரிய கௌடா சாலை வந்துவிடும். ஆனாலும் நான் போஸ்டல் காலனி முதல் தெருவில் திரும்பித்தான் போவேன். போஸ்டல் காலனிக்கு இரண்டாவது, மூன்றாவது தெருக்களும் உண்டு. ஆனால் அந்தப் பக்கம் போனது கிடையாது.

என் கிறுக்குத்தனங்களில் அதிக அளவு என் மனைவியால் விமரிசிக்கப்பட்டது நான் யோசிக்க அமரும் விதம்.எழுதுவதற்கு வேண்டிய அனைத்து வசதிகளையும் கொண்ட ஓர் அறை இருக்கிறது. அதெல்லாம் சரிப்படாதென்றால் அபார்ட்மெண்ட் வளாகத்தில் செடிகள் பூத்துக் குலுங்கும் சிறிய அளவிலான சோலை ஒன்று உள்ளது. வானம்தான் வேண்டுமென்றால் அசாத்திய நீள அகலங்களைக் கொண்ட மொட்டை மாடி இருக்கிறது. மணிக் கணக்கில் மல்லாக்கப் படுத்துக்கொண்டு யோசிக்கலாம். ஆனால் இதெல்லாம் என் கற்பனைக் குதிரையை உசுப்பிவிடாது.இரண்டு சுவர்கள் இணையும் மூலையில் நாற்காலியைத் திருப்பிப் போட்டுக்கொண்டு சுவரைப் பார்க்க

உட்கார்ந்தால்தான் எனக்கு யோசிக்க முடியும். கலகலப்பு 2வில் வரும் முதுகு பாபாவைப் போல. திருமணமான புதிதில் என்னுடைய இந்தப் பழக்கத்தைக் கண்டு என் மனைவி பயந்து போயிருக்கிறார். எவ்வளவோ எடுத்துச் சொல்லியும் என்னால் அதை மாற்றிக்கொள்ள முடிந்ததில்லை. இன்றுவரை அப்படித்தான் இருக்கிறேன். ஆனால் அறைக் கதவுக்கு ஸ்டாப்பர் போட்டுவிட்டேன். யாராவது கதவில் கை வைத்தால், திறக்கும் சத்தம் கேட்கும். உடனே நாற்காலியை ஒரு சுழற்று சுழற்றி ஒழுங்காக உட்கார்ந்துவிடுவேன்.

இன்னொன்று நினைவுக்கு வருகிறது. பொதுவாக நான் எழுதுவதில் ஆய்த எழுத்து இருக்காது. மிக மிக அரிதாக எப்போதேனும் ஃ உள்ள சொல் எதையாவது பயன்படுத்த நேர்ந்தால், அந்த எழுத்தை டைப் செய்தவுடன் எழுதுவதை நிறுத்திவிடுவேன். குறைந்தது இருபது வினாடிகளாவது அதையே பார் த்துக்கொண்டிருந்துவிட்டுத்தான் அடுத்த எழுத்துக்கு என்னால் செல்ல முடியும்.

என் மகளுக்கு என்னிடம் பிடிக்கவே பிடிக்காத கிறுக்குத்தனம் ஒன்றைச் சொல்கிறேன். திருப்தியாக வயிறு முட்ட முட்டச் சாப்பிட்டு முடித்த பின்பு, பசியைத் தூண்டும் சமையல் வீடியோக்களை விரும்பிப் பார்ப்பேன். ஒரு நாளில் அந்த வீடியோக்களை எப்போது வேண்டுமானாலும் நான் பார்க்கலாம். ஏனோ சாப்பிட்டு முடித்தவுடன்தான் streetfoodvideos பார்க்கத் தோன்றும். இது வக்கணையாக சமைத்துப் போடும் அம்மாவை அவமதிப்பது போல இருக்கிறது என்றுகூட ஒருமுறை சொல்லிவிட்டாள். மாற்றிக்கொள்ள முடிந்ததில்லை.

பல் துலக்கும்போது ஒன்று இரண்டு மூன்று என்று ஒவ்வொரு பக்கமும் கை எவ்வளவு முறை போய் வருகிறது என்று எண்ணுவது, நகம் வெட்டிய பின்பு நறுக்கிய கட்டை விரல் நகத்தினால் மற்ற நகங்களை வாரி அள்ளுவது, ஓட்டலில் சாப்பிடும்போது போடப்படும் அப்பளத்தை சாப்பிடாமல் அப்படியே வைத்திருந்து, இறுதியில் தயிர் சாதத்தில் ஊற வைத்துச் சாப்பிடுவது (பாயசம் இருந்தால் அதில் ஊற வைப்பேன்), எப்பேர்ப்பட்ட நாவலானாலும் இறுதி அத்தியாயத்தை மட்டும் படிக்காமல் நிறுத்தி வைத்து மூன்று மாதங்களுக்குப் பிறகு படிப்பது, தினமும் வேலையில் அமரும்போது நான் வணங்கும் சித்தர்களைப் பெயர் சொல்லி அழைத்துவிட்டு வேலையைத் தொடங்குவது (வருத்தப்படாத வாலிபர் சங்கம் திரைப்படத்தில், 'கருப்பா, வாடா' என்று சிலையைப் பார்த்துக் கூப்பிட்டுவிட்டு பூசாரி, சிவனாண்டியைப் பார்க்கப் புறப்பட்டுப் போவாரே அதைப் போல.) என்று ஏராளமான கிறுக்குத்தனங்களைப் பாதுகாத்து வருகிறேன்.

இவையெல்லாம் இல்லாமல் வாழ்வது எளிதுதான். ஆனால் இவையெல்லாம் இல்லாமல் வாழ்க்கை அவ்வளவு நன்றாக இருக்குமா என்றுதான் சந்தேகமாக இருக்கிறது.

அழைக்காதே!

ஒரு நூதனமான வழக்கம் உருவாகி வருவதைக் காண்கிறேன். முன் அறிமுகம் இல்லாத யாரோ ஒருவர் திடீரென்று மெசஞ்சரில் வருகிறார். 'என் சிறுகதைத் தொகுப்பு / கவிதைத் தொகுப்பு / நாவல் வெளியாகியிருக்கிறது. உங்கள் முகவரி தந்தால் கொரியரில் அனுப்பி வைக்கிறேன்' என்று ஒரு வரி மெசேஜ் அனுப்புகிறார். நான் பதிலளிக்காவிட்டால் மீண்டும் அதே மெசேஜ் மறுநாள் வரும். அப்போதும் பதில் சொல்லாவிட்டால், 'ஒரு எழுத்தாளருக்கு இவ்வளவு ஆணவம் கூடாது' என்று தீர்ப்பு எழுதிவிட்டு பேனா நிப்பை உடைத்துவிடுகிறார்கள்.

சில சமயம் இப்படிப்பட்ட மெசேஜ் வரும்போது, நான் படிக்க விரும்பும் புத்தகங்களை நானே வாங்கிக்கொள்ளும் வழக்கம் உள்ளவன்; உங்கள் அன்புக்கு நன்றி என்று வேலை மெனக்கெட்டு பதில் சொல்வேன். கூசாமல் உடனே ஜி பே அல்லது வங்கிக் கணக்கு விவரங்களைக் கொடுத்து, அதிர்ச்சியடையச் செய்துவிடுகிறார்கள்.

இதில் மூன்றாவது ரகத்தினரும் உள்ளனர். எங்கிருந்தாவது நமது முகவரியைத் தெரிந்துகொண்டு கேட்காமலேயே புத்தகத்தை அனுப்பிவிடுவார்கள். பிறகு, 'கிடைத்ததா? படித்தீர்களா?' என்று இரண்டு நாளுக்கொரு முறை கேட்பார்கள். நான் என்ன பதில் சொல்ல?

எப்படி எனக்கு அடுத்தவர்களைப் புண்படுத்தும் துன்புறுத்தும் விருப்பம் இல்லையோ, அதே போலத்தான் சுய துன்புறுத்தல்களிலும் விருப்பமில்லை. படித்தே தீரவேண்டும் என்று நான் காசு கொடுத்து வாங்கி வைத்திருப்பதையெல்லாம் முடிக்கவே இந்தப் பிறவி போதாது என்று அச்சமாக இருக்கிறது. ஒரு நாளில் ஏழெட்டு முறை பத்து பத்து நிமிடங்களாகப் பிய்த்தெடுத்துப் படித்துக்கொண்டிருக்கும் பரிதாபத்துக்குரிய ஜென்மத்தை இவர்கள் பெருங்கொடுமைக்கு உட்படுத்துகிறார்கள் என்பதை எப்படிப் புரிய வைப்பேன்? சொன்னால் வெட்கக் கேடு. ஆனாலும் சொல்லி விடுகிறேன். திரைப்படங்களையே இருபது நாள்களாக, ஒரு மாதமாக தினமும் இரண்டு மூன்று நிமிடங்கள் பார்த்துத் தீர்க்கிறேன். இந்தக் கொடுமையெல்லாம் என் எதிரிக்கும் நேரக்கூடாது.

சந்தடி சாக்கில் இதே ரகத்தைச் சேர்ந்த வேறொரு பிரச்னையைக் குறித்தும் சொல்லிவிடுகிறேன். என்னை நன்கறிந்தவர்களுக்குத் தெரியும், என்னிடம் தொலைபேசிக் கருவி இருப்பதே ஒரு தண்டத்துக்குத்தான் என்பது. எழுதிக்கொண்டிருந்தால் எடுக்க மாட்டேன். வாயில் மாவா இருந்தால் எடுக்க மாட்டேன். தூங்கும் மதியங்களில் எடுக்க மாட்டேன். படிக்கும்போது எடுக்க மாட்டேன். யோசிக்கும்போது எடுக்க மாட்டேன். வண்டி ஓட்டினால் எடுக்க

மாட்டேன். மீட்டிங் எதிலாவது இருந்தால் எடுக்க மாட்டேன். இவை இல்லாத பொழுது என்ற ஒன்று அநேகமாக இருக்காது என்பதால் எப்போதும் எடுக்க மாட்டேன்.

தப்பித்தவறி எடுத்துப் பேசத் தொடங்கி, நடுவே யாராவது படியளப்போர் அழைத்துவிட்டால் அப்படியே கட் செய்துவிட்டுப் போய்விடுவேன். திரும்பக் கூப்பிடுவேனா என்பது நிச்சயமில்லை. அது ஒரு பெரிய ஒழுங்கீனம் என்று மனச்சாட்சி மிகவும் உறுத்தும். என்ன செய்ய? உறுத்துவது அதன் இயல்பு. உறுத்தலையும் சேர்த்து மறப்பது என் இயல்பு.

என்னுடைய இந்தப் பண்பு நிறைய உறவுகளை முறித்திருக்கிறது. சமீபத்தில்கூட ஒருநாள் சாரு எதோ முக்கியமாகப் பேச அழைத்திருந்தார். அவர் அழைத்தபோது நான் எடுக்கவில்லை. அவரது அழைப்பைப் பார்க்கவும் இல்லை. மறுநாள் மாலை வரை பொறுத்திருந்துவிட்டுக் காட்டமாக ஒரு மெசேஜ் போட்டார். பதறியடித்து போன் செய்து மன்னிப்புக் கேட்டேன். இருபத்தைந்து வருடங்களாக அவருக்கு என்னைத் தெரியும். அதனால் பொறுப்பார். மற்றவர்களால் இது முடியுமா?

என் தொலைபேசி ஒழுங்கீனங்களைச் சற்றும் பொருட்படுத்தாமல், அதற்காக இன்றுவரை கோபித்துக்கொள்ளாதிருக்கும் ஒரே நபர் மாமல்லன். எத்தனையோ முறை அவரோடு பேசிக்கொண்டிருக்கும்போது அவசர வேலை வந்து பாதியில் நிறுத்தியிருக்கிறேன். பிறகு அழைக்க மறந்துவிடுவேன். ஒருபோதும் அவர் அதைப் பொருட்படுத்தியதில்லை. திரும்ப அவரே கூப்பிடுவார். என் ஒழுங்கீனத்தைப் பற்றிக்

குறிப்பிட்டுக் காட்டாமல், விட்ட இடத்தில் இருந்து நேரடியாக உரையாடலைத் தொடங்குவார். அதெல்லாம் கடவுள்களாலும் குழந்தைகளாலும் மட்டுமே முடியும்.

நிற்க. இதனை இவ்வளவு விரிவாகச் சொல்ல ஒரு காரணம் இருக்கிறது. 'சார் உங்களுடைய .... புத்தகம் படித்தேன்.உங்களுடன் பேசியே தீர வேண்டும். இது .... என்னுடைய எண். உங்கள் எண்ணைத் தர முடியுமா?' என்று கேட்பார்கள். ஒருவர் இருவரல்ல. அநேகமாக தினமொரு மின்னஞ்சல் அல்லது மெசஞ்சர் செய்தி வரும். ஒவ்வொரு வாசகரும் எனக்குக் குல தெய்வம்தான். அதில் சந்தேகமில்லை. ஆனால் தெய்வங்களுடன் பேசிக்கொண்டிருந்தால் சோலி கெட்டுவிடும். கொடுத்த சோலியைக் கெடுத்தவனானால் பிறகு எந்த தெய்வமும் ஏறெடுத்தும் பாராது.

ஆனால் ஒரு ஒழுக்கம் வைத்திருக்கிறேன். எல்லா மெசேஜுக்கும் பதிலளிப்பது. உடனுக்குடன் முடியாவிட்டாலும் என்றாவது பதிலளித்து விடுகிறேன். நமக்குப் பேசுவதுதான் பிரச்னை. எழுதுவதில் அல்ல. எனவே, என் வைடூரியச் செல்வங்களே, எதுவானாலும் எனக்கு எழுதுங்கள். மின்னஞ்சலிலோ, மெசஞ்சரிலோ கேளுங்கள். நிச்சயமாக பதில் வரும். ஆனால் பேசக் கூப்பிடாதீர்கள். குறிப்பாகப் புத்தகம் அனுப்புவது அனுப்பியது குறித்து.

ஒரு சமர்ப்பணப் பிரச்னை

ஜெயமோகனின் ஒவ்வொரு புதிய புத்தகம் வெளிவரும்போதும் அதை அவர் யாருக்கு சமர்ப்பணம் செய்திருக்கிறார் என்று முதலில் பார்ப்பேன். நூற்றுக் கணக்கான புத்தகங்களை அவர் எழுதிக்கொண்டே இருப்பதில் எனக்கு வியப்பில்லை. ஒரு ஸ்திதப்ரக்ஞன் என்ன செய்வானோ அதைத்தான் அவர் செய்கிறார். ஆனால் ஒவ்வொரு புத்தகத்தையும் சமர்ப்பணம் செய்ய அவருக்கு எப்படியோ யாரோ ஒருவர் இருந்துவிடுகிறார்.

சில வருடங்களுக்கு முன்புவரை என். சொக்கன் தொடர்ச்சியாக அபுனைவு நூல்கள் எழுதிக் கொண்டிருந்தபோதும் இந்த சமர்ப்பண விவகாரத்தை மௌனமாக கவனித்துக்கொண்டிருப்பேன். அவனும் நூற்றுக் கணக்கான புத்தகங்கள் எழுதியவன். அவற்றில் பல விற்பனையில் மிகப்பெரிய வெற்றி கண்டவை. ஒவ்வொரு புத்தகத்தையும் யாருக்காவது சமர்ப்பணம் செய்திருப்பான். அவர்கள் நண்பர்களாக இருப்பார்கள். உறவினர்களாக, ஆசிரியர்களாக,

மதிப்புக்குரியவர்களாக - யாராக வேண்டுமானாலும் இருப்பார்கள். ஆனால் ஒவ்வொரு புத்தகத்துக்கும் ஒரு சமர்ப்பணதாரி நிச்சயம்.

ஒவ்வொரு மனிதரின் வாழ்விலும் நூற்றுக் கணக்கான மனிதர்கள் வந்து போகிறார்கள். அவர்களுள் நினைவில் தங்குபவர்களும் நன்றியுடன் நினைவுகூரத் தக்கவர்களும் பெரும்பாலும் சொற்பமே. ஓர் எழுத்தாளர் தனது புத்தகத்தை ஒருவருக்கு சமர்ப்பணம் செய்வது என்னைப் பொறுத்தவரை மிகப்பெரிய செயல். உயிர்த்துளியின் ஒரு சொட்டுக்கு உரிமையாளர் ஆக்குவது போன்றது அது. அவசரத்துக்கு அஞ்சு பத்து கைமாத்து கொடுத்து உதவியவர்களுக்கெல்லாம் புத்தகத்தை சமர்ப்பணம் செய்துவிட முடியாது. இதனால்தான், நூற்றுக் கணக்கான புத்தகங்களையும் சமர்ப்பணம் செய்ய ஓர் எழுத்தாளருக்கு யாராவது இருந்துகொண்டே இருப்பது எனக்கு வியப்பைத் தருகிறது. எழுதுவது தவிரவும் அவர் எவ்வளவு பேருடன் தொடர்பில் இருந்துகொண்டிருக்கிறார்! அவ்வளவும் அர்த்தமுள்ள தொடர்புகள்.

எண்ணிப் பார்த்தால் சிறிது ஏக்கமாகத்தான் இருக்கிறது. என் வாழ்வில் இதுவரை நான் தொடர்பில் இருந்த நபர்களின் மொத்த எண்ணிக்கையே நூற்றைம்பது, இருநூறுக்குள் அடங்கிவிடும் என்று நினைக்கிறேன். அவர்களுள் நன்றியுடன் நினைவுகூரத் தக்கவர்கள் என முப்பது நாப்பது பேரைச் சொல்ல முடியும். அதிலும் குறிப்பாக, ஒரு புத்தகத்தை எழுதி முடிக்கும் கணத்தில் தன்னியல்பான உணர்வெழுச்சி உண்டாகி, இவருக்கு இந்நூல் சமர்ப்பணம் என்று எழுதியது அதிகம் போனால் பதினைந்து முறை இருக்கும். என்னுடைய பல

புத்தகங்களில் சமர்ப்பணமே இருக்காது. அது ஒன்றும் சடங்கல்லதான். இருப்பினும் மற்ற எழுத்தாளர்களின் சமர்ப்பணங்களைக் காணும்போது நான் மட்டும் ஏன் எப்போதும் தொடர்பு எல்லைகளுக்கு அப்பாலே நின்றுகொண்டிருக்கிறேன் என்று தோன்றிவிடுகிறது.

நெடுநாள் பழகியவர்கள், பூர்வ ஜென்ம பந்தம் உள்ளவர்களுக்குத்தான் புத்தகங்களை சமர்ப்பணம் செய்ய வேண்டுமென்பதில்லை. கணப் பொழுது நெகிழ்ச்சிக்குக் காரணமாக ஒருவர் இருந்துவிட்டால் போதும். அந்த ஒரு கணத்தை நிரந்தரப்படுத்திவிட முடியும்.

ஒரு சம்பவம் சொல்கிறேன்.

எந்தப் பாதுகாப்புணர்வும் இல்லாமல் மனத்தில் தோன்றுவதை அப்படியே நாம் யாருடன் பேச முடியுமோ அவர்களை நண்பர்கள் என்று வரையறை செய்துகொள்கிறேன். அந்த விதத்தில் கடைசியாக எனக்கு நண்பர் ஆனவர் சரவண கார்த்திகேயன். பல வருடங்களாக அவரைத் தெரியும் என்றாலும் சில வருடங்களாகத்தான் நண்பர். இறவான் எழுதிக்கொண்டிருந்த நாள்களில் - பெரும்பாலும் நள்ளிரவுப் பொழுதுகளில்தான் எழுதுவேன் - எனக்காக விழித்திருந்து அன்றைக்கு எழுதியதை உடனே படித்து, கருத்து சொல்லுவார். விமரிசனம் செய்வார். வேகத்தில் எங்காவது எழுத்துப் பிழை ஏற்பட்டிருந்தால் சுட்டிக் காட்டுவார். முந்தைய, அடுத்த அத்தியாயங்களின் தொடர்ச்சியை ஒப்பு நோக்கி, முக்கியமானவற்றை கவனப்படுத்துவார்.

மற்ற நாவல்களின்போது எனக்கு அப்படி ஒரு துணை தேவைப்பட்டதில்லை. இறவான் இதுவரை நான்

எழுதியவற்றிலேயே மிகவும் சிக்கலான நாவல். ஒரே கதை, ஒரே கதா நாயகன், ஆனால் இருவேறு மொழி நடையைக் கொண்டது அது. அதிலும் ஆப்ரஹாம் ஹராரியாகக் கதைசொல்லி பேசும் அத்தியாயங்களின் மொழி, இசைக்கு மிக நெருக்கமாக வந்துவிடும். பல இடங்களில் சொற்களை அழித்து வெறும் இசையால் நிரப்பும் பேய்த்தனமான முயற்சியை அதில் மேற்கொண்டேன்.

மொழி சார்ந்த அந்த என் கவனம் கதை ஓட்டத்தில் பிரச்னை உண்டாக்கிவிடக்கூடாது என்பதால் எழுத எழுத உடனுக்குடன் படித்துவிட்டுப் பேச ஒருவர் தேவைப்பட்டார். நான் கேட்டதும் யோசிக்காமல் ஒப்புக்கொண்டு, என் நேர ஒழுங்கீனங்களுக்கு ஈடுகொடுத்து அந்நாவல் முடியும் வரை என் பக்கத்திலேயே இருந்தவர் சரவண கார்த்திகேயன்.

அந்த அன்புக்கும் உதவிக்கும் என்னால் என்ன கைம்மாறு செய்துவிட முடியும்?

சென்ற ஜனவரியில் என்னுடைய பதினைந்து புத்தகங்களின் மறு பதிப்புகள் ஜீரோ டிகிரி பதிப்பகத்தின் மூலம் வெளிவந்தபோது, அதில் ஒரு புத்தகத்தை இறுதி செய்துகொண்டிருந்த கணத்தில் இது நினைவுக்கு வந்து, உடனே 'சமர்ப்பணம் - சரவண கார்த்திகேயனுக்கு' என்று எழுதிக் கொடுத்துவிட்டேன்.

பிறகொரு சமயம் அவருடன் பேசும்போது, என்ன புத்தகம் என்று சொல்லாமல், இந்தத் தகவலையும் அவருக்குச் சொன்னேன். மிகவும் மகிழ்ச்சி அடைந்தார். அவ்வளவுதான். ஏழு மாதங்களாகிவிட்டன. இன்னும் அவருக்கு அந்தப்

புத்தகத்தை அனுப்பவில்லை. என்ன புத்தகம் என்று சொல்லியிருந்தால் அவரேகூட வாங்கிப் பார்த்திருப்பார். அதையும் சொல்லவில்லை.

இன்று ஜெயமோகனின் புதிய புத்தகம் 'கதாநாயகி'யின் சமர்ப்பண விவரத்தைப் படித்தபோது இது நினைவுக்கு வந்துவிட்டது. ஜீரோ டிகிரியில் ஒரு வார்த்தை சொன்னால் அவர்களேகூட அவருக்குப் புத்தகத்தை அனுப்பிவிடுவார்கள். பிரச்னை அதுவல்ல. அந்தப் பதினைந்தில் எந்தப் புத்தகத்தை அவருக்கு சமர்ப்பணம் செய்தேன் என்பது மறந்துவிட்டது.

பதினாறு வயதினிலே

கோடம்பாக்கம் [பழைய] ராம் தியேட்டர் அருகே அவளைப் பார்த்தேன். என்னுடைய பதினைந்தாவது வயதில் முதல் முதலில் பார்த்தபோது அவள் ஓர் அழகியாகத் தென்பட்டாள். ஆனால் இப்போது அப்படி இல்லை. அது பரவாயில்லை.இந்தக் கட்டுரை அவளைப் பற்றியதல்ல. அவளைப் போலவே தன் அடையாளம் துறந்துவிட்ட எங்கள் ஊர் டைப்ரைட்டிங் இன்ஸ்டிட்யூட் பற்றியது. அங்கேதான் அவள் எனக்கு அறிமுகமானாள்.

இன்றைக்கு டைப்ரைட்டிங் இன்ஸ்டிட்யூட் எங்கேனும்இருக்கிறதா? என்கண்ணில்படுவதில்லை. கம்ப்யூட்டர் சென்டர்கள் புழக்கத்துக்கு வந்து ஒழித்த ஒரு நல்ல தொழில் அது. எண்பதுகளில் பெரும்பாலான இளைஞர்கள் காதலிக்கப் பழகும் இடமும் அதுதான்.

குரோம்பேட்டையில் அரசினர் உயர்நிலைப் பள்ளி வளாகத்துக்கு அருகே இருந்தது அந்த இன்ஸ்டிட்யூட். குரோம்பேட் காலேஜ் ஆஃப் காமர்ஸ் என்று பெயர்.

நான் பத்தாம் வகுப்பு பொதுத்தேர்வு எழுதிவிட்டு மேற்கொண்டு என்ன ஆவது என்று ஏதும் யோசனையில்லாமல் ஏ எஸ் டி எஃப் ஜி எஃப் ஸ்பேஸ் செமி கோலன் எல் கே ஜே ஹெச் ஜே அடிக்கப் பழக ஆரம்பித்தேன். மாதம் பதினைந்து ரூபாய் கட்டணம். ஒரு மாபெரும் பம்பரத்தை நினைவுபடுத்தும் தோற்றம் கொண்ட பெண்மணி அந்த இன்ஸ்டிட்யூட்டை நடத்திக்கொண்டிருந்தார். ஏழு ஹால்டா மெஷின்கள், நான்கு ரெமிங்டன்,இரண்டு ஃபாஸிட்.

புதிதாகச் சேருபவர்களை ஹால்டாவில்தான் போடுவார்கள். உடலில் உள்ள முழுச் சக்தியையும் செலுத்தி அடித்தாலும் அதில் இஸட் மற்றும் க்யூ வராது. தவிரவும் எப்போதுமே மக்கிப் போன ரிப்பன் தான் போடப்பட்டிருக்கும் [ஃபாஸிட் மெஷினில் பத்து நாள் ஓட்டிவிட்டு எடுத்து ஹால்டாவில் போட்டுவிடுவார் அந்தப் பெண்மணி. ஃபாஸிட் மெஷின் ஹயர் க்ரேடு போகிறவர்களுக்கு மட்டும். இந்தப் பிரிவினையின் காரணம் எனக்கு எப்போதும் புரிந்ததில்லை.]

ரெமிங்டன் தமிழ் பேசும் அங்கே. தமிழ் டைப்பிங்குக்கு வருகிற பெண்கள் ஷிஃப்ட் போட்டுப் போட்டே உடல் இளைத்துக்கொண்டிருந்தார்கள். தமிழ் டைப் ரைட்டிங்கில்தான் எத்தனை ஷிஃப்ட்!

பேட்டையில் இருந்த ஒரே ஒரு டைப்ரைட்டிங் இன்ஸ்டிட்யூட் என்பதால் எப்போதும் நல்ல கூட்டம் இருக்கும். நாள் முழுதும் [இரவு ஒன்பது மணிவரை] டைப்பிங் சத்தம் கேட்டுக்கொண்டே இருக்கும். ஆண்கள் மேல்நிலைப் பள்ளியில் படித்து முடித்து வாழ்க்கை சலித்திருந்த பையன்கள் எல்லோரும்

அந்த இன்ஸ்டிட்யூட்டின் வண்ணமயமான சூழலைக் கருத்தில் கொண்டு ஒரு நாளில் இரண்டு மணி நேரம், நான்கு மணி நேரமெல்லாம் ஏ எஸ் டி எஃப் ஜி எஃப் அடிக்க சித்தமாயிருந்தார்கள்.

அந்த வயதில் அங்கு பார்த்த பெண்கள் எல்லோருமே அழகாகத்தான் தெரிந்தார்கள். இன்று பார்த்து அதிர்ந்துபோன அவளைப் போலவே. வி வடிவில் தாவணி அணிந்து வருவார்கள். சிலர் இரட்டைப் பின்னல் போட்டிருப்பார்கள். மடித்துக் கட்டி பட்டாம்பூச்சி சிறகடிப்பதுபோல் ரிப்பன் சுற்றியிருப்பார்கள். பின்வரிசையில் அமர நேர்ந்தால் பார்த்துக்கொண்டே டைப் அடிக்கலாம். ஆனால், உரிமையாளர் பெண்மணி நமக்குப் பின்னால் வந்து நின்று நாக்கைப் பிடுங்குவதுபோல் ஏதாவது சொல்லுவார். முன் வரிசை தாவணி திரும்பிப் பார்க்கும். ஒருவேளை சிரிக்கலாம்.

ஆனால் எனக்குத் தெரிந்து அந்த இன்ஸ்டிட்யூட்டில் தப்புத் தண்டா ஏதும் நிகழவில்லை. குறைந்தபட்சம் எந்தப் பையனும் எந்தப் பெண்ணிடமும் காதல் கடிதம் டைப் அடித்துக் கொடுத்ததில்லை. ஒரு சண்டை சச்சரவு வந்ததில்லை.பம்பரப் பெண்மணியின் நிர்வாகம் அப்படி. அருகே வந்தாலே நடுங்கிப் போவோம். அத்தனை மிரட்டல். அத்தனை கெடுபிட.

ஒரே ஒரு சம்பவம் சொல்லலாம். என்னுடன் டைப்பிங் கற்க வந்த மீரான் என்ற பையன், அங்கிருந்த ஒரு பெண்ணின் மீது காதல் கொண்டு என்னை ஒரு கவிதை எழுதிக் கொடுக்கச் சொல்லிக் கேட்டான்.

என்னை ஓர் எழுத்தாளனாக மதித்துக் கேட்ட [அதுவும் கவிஞனாக!] முதல் மனிதன் அவன் தான். எனவே

மகிழ்ச்சியுடன் ஒரு விருத்தம் எழுதிக் கொடுத்தேன். அந்தப் பாடல் இப்போது மறந்துவிட்டது. ஆனால் அவன் சுட்டிக் காட்டிய பெண்ணின் பெயர் மீரா. அது நினைவிருக்கிறது. பாட்டின் ஒவ்வொரு வரியின் கடைசிச் சொல்லும் மீரா மீரா என்று வரும்படி அமைத்திருந்தேன்.

அந்தப் பாட்டை வைத்துக்கொண்டு லோயர் பரீட்சை நாள் வரை அவன் கொடுக்கலாமா, வேண்டாமா என்று தவித்து, இறுதியில் வாப்பாவுக்குப் பிடிக்காது என்று சொல்லிவிட்டு அவளைத் தன் மானசீகத்தில் சகோதரியாக ஏற்றுக்கொண்டுவிட்டான்.

எழுதிய பாட்டு தொலைந்துவிடப் போகிறதே என்று ஒரு பிரதி என் நோட்டுப் புத்தகத்தில் பிரதி எடுத்து வைத்தேன். வந்தது வினை.

நான் வீட்டில் இல்லாத ஒரு நாள் என் தம்ப எடுத்துப் படித்துப் பார்த்து, வீடு முழுதும் தகவல் தெரிவித்துவிட,அன்றைக்கு அம்மா ஆடிய ருத்திர தாண்டவத்தை மறக்கவே முடியாது.

அடுத்த பல மாதங்களுக்கு அம்மாவுக்கு என்மீது சந்தேகம் தீரவில்லை. என்ன மறுத்து என்ன பயன்? அம்மாக்களின் சந்தேகங்கள் அபத்தமாக இருந்தாலும் அழகைத் தொலைக்காதவை. பின்பு நான் பாலிடெக்னிக்கில் சேர்ந்து ஆர்.எச்.குருமி புத்தகத்தைப் படித்துவிட்டு வைத்துப் போனாலும் அதை எடுத்து ஒரு புரட்டு புரட்டிவிட்டுப் போவார். நான் யாரையாவது காதலித்துவிடுவேனோ என்ற அச்சத்தைவிட, தொடர்ந்து கவிதை எழுத ஆரம்பித்துவிடுவேனோ என்ற அச்சமே அம்மாவுக்கு அதிகமாக இருந்திருக்கும் என்று இப்போது தோன்றுகிறது.

பிறகும் நான் அந்த டைப் ரைட்டிங் இன்ஸ்டிட்யூட்டுக்கு விடாமல் சென்று ஹயர் பரீட்சை எழுதி முடித்தேன். தமிழ் டைப்பிங்கிலும் சேர்ந்து நேரடியாக ஹயர் எழுதி முதல் வகுப்பில் தேர்வானேன். எனக்கே எனக்கென்று சொந்தமாக ஒரு ஃபேஸிட் மெஷின் வாங்கவேண்டுமென்றெல்லாம் கனவு கண்டேன்.

அதே இன்ஸ்டிட்யூட்டில் பிறகு ஷார்ட் ஹேண்ட் வகுப்பும் ஆரம்பமானது. பம்பரப் பெண்மணியின் கணவரே ஷார்ட் ஹேண்ட் மாஸ்டர். எதற்கு விட்டுவைப்பானேன் என்று அந்த வகுப்பிலும் சேர்ந்தேன். ஆனால் ஏனோ எனக்கு ஷார்ட் ஹேண்ட் வகுப்பு பிடிக்கவில்லை. அங்கும் நிறைய பெண்கள் வரவே செய்தார்கள். ஆனாலும் ஒட்டவில்லை. ஒரு சில நாள்களுடன் அதற்கு விடைகொடுத்துவிட்டேன்.

நேரம் கிடைக்கும்போதெல்லாம் இன்ஸ்டிட்யூட்டின் சீனியர் மாணவன் என்கிற முறையிலும் பம்பரப் பெண்மணியின் நம்பிக்கைக்குரிய நல்ல மாணவன் என்கிற முறையிலும் அடிக்கடி அங்கே போய்க்கொண்டிருந்தேன். ஒரு சில வகுப்புகளை அவர் என்னைப் பார்த்துக்கொள்ளக்கூடச் சொல்லியிருக்கிறார். [இட்லிக்கு அரைக்கணும். நீ கொஞ்சம் பார்த்துக்கயேன்.]

எல்லாம் நன்றாகத்தான் போய்க்கொண்டிருந்தது. 1986ம் வருடம் அதே குரோம்பேட்டையில் அதே டைப்ரைட்டிங் இன்ஸ்டிட்யூட் இருந்த வீதிக்கு இரண்டு வீதிகள் தள்ளி *Premier Institute of Computer Studies* என்றொரு புதிய இன்ஸ்டிட்யூட் தொடங்கப்பட்டது. பேசிக், கோபால், ஃபோர்ட்ரான், டிபேஸ் என்று வாசலில் போர்டு மாட்டி குறைந்த

செலவில் கம்ப்யூட்டர் கற்றுக்கொள்ளுங்கள் என்று கூப்பிட்டார்கள்.

போயேண்டா என்று என் அப்பா சொன்னார். பம்பரப் பெண்மணியின் இன்ஸ்டிட்யூட்டில் படித்துக்கொண்டிருந்த அத்தனை பேரின் அப்பாக்களும் அதையே சொல்ல, நான் பிகினர்ஸ் ஆல் பர்ப்பஸ் சிம்பாலிக் இன்ஸ்டிரக்ஷன் கோட் வகுப்புக்குப் போய்ச்சேர்ந்தேன். மற்ற மாணவர்களும் அவரவருக்கு விருப்பமான கோர்ஸ்களில் அங்கே வந்து சேர்ந்தார்கள்.

குளிர் பதனம் செய்யப்பட்ட நீண்ட அறை. வெள்ளை வெளேரென்ற கம்ப்யூட்டர்கள். வண்ணத்திரை இல்லை. அப்போது கறுப்புத் திரைதான். டை கட்டிய ஆசிரியர். வகுப்புக்கு இடையே ஏலக்காய் போட்ட டீ வரும். ஆங்கிலப் பேச்சு. இடையே இட்லிக்கு அரைக்க எழுந்து போகமாட்டார்கள். எல்லாம் புதிதாக இருந்தது. வாசனையாக, நன்றாக இருந்தது. க்ரோம்பேட் காலேஜ் ஆஃப் காமர்ஸ் கொஞ்சம் கொஞ்சமாக மறந்துபோகத் தொடங்கியது.

பேசிக் வகுப்பு என்னைப் போலவே அப்போது யாருக்கும் புரியவில்லை. எங்களுக்குச் சொல்லிக் கொடுத்தவருக்கே முழுக்கப் புரிந்திருக்குமா என்று இப்போது சந்தேகமாக இருக்கிறது. அங்கே 'விஷன்' என்றொரு சாஃப்ட்வேர் பயன்படுத்தப்பட்டது. பின்னால் வென்ச்சுரா என்று ஒன்று வந்தது. இண்டர்நெட்டெல்லாம் வந்திருக்கவில்லை என்பதால் வெட்டியாக ஒன்றும் செய்ய முடியாது. கம்ப்யூட்டர் படிப்பு மட்டும்தான் சாத்தியம்.

பேசிக் மட்டும் படித்தேன். ஒன்றும் புரியாமலேயே பரீட்சை எழுதி தேர்வும் ஆகிவிட்டதாகச்

சொன்னார்கள். சரிதான் என்று விட்டுவிட்டேன். காலம் மத்தியத் தொழில்நுட்பக் கல்லூரிக்கும், பிறகு பத்திரிகைகளுக்கும் இட்டுச் சென்று எங்கெங்கோ சுற்றிக் காட்டிவிட்டுக் கொண்டுவந்து சேர்க்க, காலேஜ் ஆஃப் காமர்ஸ் நினைவிலிருந்து நகர்ந்து,காணாமலே போய்விட்டது. ஃபோனடிக் கீபோர்டில் பழகவேண்டி வந்து, படித்த யளனகபக ட்மதாதவே மறந்துவிட்டது.

இன்று பார்க்க நேர்ந்த அந்தப் பெண் வினாடிப் பொழுதில் அனைத்தையும் மீட்டுக்கொடுத்து விட்டாள். கடவுளே, அவள்தான் எத்தனை பெருத்து விட்டாள்! எப்படியும் ஒன்றிரண்டு குழந்தைகளுக்குத் தாயாக இருப்பாள். குரோம்பேட்டையிலிருந்து எப்போது வீடு மாற்றிக்கொண்டு கோடம்பாக்கத்துக்கு வந்திருப்பாள்? அவள் கணவன் யாராக இருப்பான்? அவனுக்கு யளனகபக ட்மதாத தெரிந்திருக்குமா? தன் மனைவி 1986ம் வருடம் நான்கு பேருக்கு உலகப் பேரழகியாகத் தெரிந்தாள் என்று தெரியுமா அவனுக்கு? அவளுக்கேதான் அது தெரியுமா? அவளுக்கு குரோம்பேட் காலேஜ் ஆஃப் காமர்ஸ் இப்போதும் நினைவிருக்குமா? பிரம்மாண்டமான அதன் முதலாளியம்மாவை நினைவு வைத்திருப்பாளா? சமையல் கட்டிலிருந்து இடுக்கியில் வாணலியைத் தூக்கியபடியே ஹாலுக்கு ஓடி வந்து ‘இப்ப பேசாம வேலைய பாக்கறிங்களா? இல்ல எந்திரிச்சி வீட்டுக்குப் போறிங்களா?’ என்று மிரட்டியதெல்லாம் நினைவிருக்குமா?

தமிழ் ஹயர் பரீட்சைக்கு ஓரிரு தினங்கள் முன்பு அவள் நடுவிரலில் தேள் கொட்டிவிட, பேண்ட்-எய்ட் போட்டுக்கொண்டு அவள் உறுதியுடன் தேர்வெழுதி முடித்தது இப்போதும் எனக்கு நினைவிருக்கிறது.

என்னைப் போலவே அவளும் முதல் வகுப்பில்தான் தேர்வானாள.

எனக்கு இப்போது யளனகபக உதவுவதில்லை என்றாலும் டைப்பிங் உதவுகிறது. அவள் வாழ்வில் அதற்கு ஏதேனும் பங்கு இருக்குமா?

குரோம்பேட் காலேஜ் ஆஃப் காமர்ஸுக்கு மீண்டும் ஒருமுறை போய்வர வேண்டும் என்று தோன்றியது. டைப் ரைட்டிங் வகுப்புகளும் ஷார்ட் ஹேண்ட் வகுப்புகளும் வழக்கொழிந்துவிட்ட காலத்தில் அந்த குண்டு முதலாளியம்மா இப்போது என்ன செய்துகொண்டிருக்கிறார் என்று தெரிந்துகொள்ள வேண்டும்.

ஒரு கையில் ஆப்பக்கடாயும் இன்னொரு கையில் கம்ப்யூட்டர் மவுஸுமாக டேட்டா சயின்ஸ் வகுப்பெடுத்துக்கொண்டிருக்கலாம்.

கதை சொல்ல வாழ்கிறேன்

காப்ரியேல் கார்ஸியா மார்குவெஸின் *Living to tell tales* புத்தகத்தை ஒரு மாதகாலம் தினசரி கொஞ்சமாகப் படித்து முடித்தேன். இதை ஏன் யாரும் இன்னும் அனுமதி பெற்றுத் தமிழில் மொழி பெயர்க்கவில்லை என்று தெரியவில்லை. அவ்வளவு சுவாரசியமான புத்தகம்.

இது அவர் எழுதத் திட்டமிட்ட மூன்று பாக வாழ்க்கை வரலாறின் முதல் பகுதி. சிறு வயது நினைவுகளில் தொடங்கி, இனி முழுநேரம் எழுத்துதான் என்று முடிவு செய்த காலகட்டம் வரை வருகிறது.

லத்தீன் அமெரிக்க எழுத்தாளர்களுள் மிக அதிகம் வாசிக்கப்படுபவர் மார்குவெஸ். காரணம் அவரது மொழியும் அபாரமான கற்பனையும். கரீபியப் பகுதியின் 'ஆகிவந்த' நாட்டுப்புற வாய்வழிக் கதைகள்தான் அவரது மிகப்பெரிய பலம். அந்தப் பிரதேசத்து மக்களின் நம்பிக்கைகள், அவநம்பிக்கைகள், அந்த ஊர் அரசியல், சர்வாதிகாரிகள், வாழ்க்கை முறை - இதனைத்

தவிர்த்துவிட்டு அவரது எந்த ஒரு படைப்பையும் காண முடியாது.

தன் சமூகத்தைப் பார்த்துப் பேசாத எந்த ஒரு இலக்கியப் படைப்பினாலும் பயனில்லை என்பது மார்குவேஸின் சித்தாந்தம். இன்றைக்கு அவர் ஒரு 'உலக எழுத்தாளராக' அறியப்பட்டாலும் தன்னைப் பெரிதும் லத்தீன் அமெரிக்க தேசங்களுடனேயே அடையாளப்படுத்திக் காட்டிக்கொள்ள விரும்புபவர் மார்குவெஸ். அவரால் காஸ்ட்ரோவுக்கும் நண்பராக இருக்க முடியும். க்ளிண்டனுடனும் சிநேகம் கொள்ள முடியும். கொலம்பியாவின் தீவிரவாத இயக்கத் தலைவர்களுடனும் சர்வாதிகாரிகளுடனும் ஏக காலத்தில் பேச்சுவார்த்தை நடத்தமுடியும்.

இந்த உயரங்களுக்கு அவர் போனதற்கு அடிப்படை அவரது எழுத்து. அந்த எழுத்தின் அடிப்படையைத்தான் இந்தப் புத்தகம் நமக்குச் சுட்டிக்காட்டுகிறது.

மார்குவெஸின் இளமைப்பருவம் முழுவதும் அவரது பாட்டி வீட்டில் கழிந்திருக்கிறது. அற்புதமான கதைகள் சொல்லும் பாட்டி. கதை என்பதெல்லாம் பின்னால் ஏற்படுகிற சொல்தான். பாட்டி சொன்ன காலத்தில் அவையெல்லாம் வாழ்க்கை. ரத்தமும் சதையுமான வாழ்க்கை. பிரசித்தி பெற்ற கொலம்பிய வாழைத் தோப்புக் கொலைகள் நடந்த காலத்திலெல்லாம் மார்குவேஸின் உறவினர்கள் அதனை நேரில் பார்த்திருக்கிறார்கள். அவரது தாத்தாவே நிறைய கலாட்டாக்களுக்கு சாட்சியாக இருந்திருக்கிறார்.

நிறையப் பெண்கள் உள்ள அந்த வீட்டில் குட்டிப் பையனாகத் தன் நாட்களைக் கழித்த மார்குவேஸுக்கு

அப்போது ஆண்களை விடப் பெண்களுடன் இணக்கம் கொள்ளுவது சுலபமாக இருந்திருக்கிறது. கதை சொல்லும் பெண்கள். கதையளக்கும் பெண்கள். கதை கேட்கும் பெண்கள்.

பின்னால் அவர் பள்ளி, கல்லூரிக்குப் போனபோது கூட படிப்பைக்காட்டிலும் எழுத்தில்தான் நாட்டம் மிக்கவராக இருந்திருக்கிறார். கதைகள் மூலம் சித்திரிக்கும் உலகில்தான் அவரால் மிக எளிதில் வளையவர முடிந்திருக்கிறது.மேலும் தன் எழுத்தில் எளிதில் திருப்தியுறாத கலைஞராகத்தான் ஆரம்பம் முதலே இருந்திருக்கிறார்.

மொழிக்காக, தொனிக்காக, சமயத்தில் சில சொற்களுக்காகக் கூட நாள் கணக்கில் தவித்துத் திண்டாடியவர் மார்குவேஸ். ஒரு கலைஞனாக அல்லாமல் வேறு என்னவாகவும் தன்னால் ஆகிவிடமுடியாது என்கிற உறுதியும் தீர்மானமும் உண்டாகிற வரையிலான வாழ்க்கையை இந்தப் புத்தகத்தில் எழுதியிருக்கிறார்.

மார்குவேஸின் கதை என்பது கிட்டத்தட்ட அவரது தேசத்தின் கதை மாதிரிதான். அவரது வாழ்க்கையினூடே பயணம் செய்யும் போதே நாம் கொலம்பியாவின் அரசியல், சமூக நிலவரங்களின் காட்சி மாற்றங்களையும் தரிசிக்கவேண்டும். இதனால்தான் அவரை லத்தீன் அமெரிக்காவின் மனச்சாட்சி என்று சொல்லுவார்கள்.

எனக்கென்ன வியப்பாக இருக்கிறது என்றால், ஆங்கில மொழிபெயர்ப்பில் படிக்கும்போது மிகவும் எளிமையாக எழுதும் ஓர் எழுத்தாளராகத்தான் மார்குவேஸ் தென்படுகிறார். இந்தப் புத்தகத்தில் மட்டுமல்ல. அவரது எந்த ஒரு நாவல்,சிறுகதையை

ஆங்கிலத்தில் படித்தாலும் எளிமை என்கிற விஷயத்தில் சற்றும் மாற்றுக் குறைவதில்லை. ஆனால்,தமிழில் மார்க்குவெஸைப் பெயர்க்கிற பிரகஸ்பதிகள் எதற்காக அவரை எண்ணெய்க் கொப்பறையில் வறுத்தெடுக்கிறார்கள் என்பது புரியவில்லை.

இந்தச் சுயசரிதை நூலில் அவர் படம் வரைந்து பாகம் குறிக்கும் அவரது குடும்ப உறுப்பினர்கள் பலரை நான் அவரது சிறுகதைகளிலும் நாவல்களிலும் ஏற்கெனவே சந்தித்திருக்கிறேன். பல சம்பவங்கள் கூட உள்ளது உள்ளபடி அவரது புனைகதைப் படைப்புகளில் முன்னதாக இடம்பெற்றிருக்கின்றன. மார்குவேஸ் இன்னும் கதையாக்காத ஒரே பாத்திரம் அவரது மனைவி மெர்சிடஸ்தான் என்று நினைக்கிறேன்.

தள்ளாத வயதில் விவாகரத்தானால் சிக்கல் என்று எண்ணியிருக்கலாம்.

(மார்க்குவெஸ், ஏப்ரல் 17, 2014 அன்று காலமானார்.)

சிந்திக்க வைக்கும் வினா

ஒரு வார இதழைப் புரட்டிக்கொண்டிருந்தேன். கேள்வி பதில் பகுதியில் வாசகரொருவர் கேட்டிருந்த கேள்வி: 'அருமை அண்ணன் விஜய், அருமை அண்ணியாரை வீட்டில் எவ்வாறு அழைக்கிறார் என்று கண்டறிந்து சொல்ல முடியுமா?'

இதற்கு பதிலளிப்பவர், நடிகர் விஜய் குடும்பத்துக்கு நெருக்கமான இன்னொரு பத்திரிகையாளரிடம் இது பற்றி அக்கறையாக விசாரித்து, தகவல் பிழையில்லாமல் அருமையான பதில் ஒன்றைத் தந்திருந்தார்.

அது அவ்வளவு முக்கியமல்ல. என் வியப்பு, இந்த ஆர்வங்களின்மீது. விஜய் தன் மனைவியை எப்படி அழைப்பார் என்பதை அறிந்துகொண்டே தீரவேண்டும் என்கிற தீர்மானம் அவருக்கு எப்படி, எப்போது, எதனால் ஏற்பட்டிருக்கும்?அவர் தீவிர விஜய் ரசிகராக இருக்கலாம். அல்லது பிறந்தநாள் போன்ற தினங்களில் விஜய் மேற்கொள்ளும் ஒரு சில

நற்பணிகளால் [தையல் மெஷின், ரத்த தானம்.] பயன் பெற்றவராக இருக்கக்கூடும். அல்லது பூர்வ ஜென்மத் தொடர்பு ஏதேனும் இருக்கலாம்.

எதுவானாலும் என் வினா ஒன்றுதான். விஜயைப் பற்றி அறிந்துகொள்ள விரும்புவதில் எனக்குப் பிரச்னையில்லை. அவர் தம் மனைவியை எப்படி அழைப்பார் என்று அறிய வேண்டிய மனநெருக்கடி எவ்வாறு ஏற்பட்டிருக்கும்? செல்லமே,அன்பே, மானே, தேனே, மயிலே, ஸ்வீட்டி, டியர் என்று என்ன பதில் சொல்லியிருந்தால் இந்த வாசக ரசிகர் உளம் பூரித்திருப்பார்? அதேபோலத் தன் மனைவியையும் அழைத்து இன்புறுவதற்காக இருக்குமா? அருமை அண்ணன் விஜயின் நகலாகத் தன்னை மனத்துக்குள் உருவகப்படுத்தி வைத்திருப்பாரா?

இது அவரது மனைவிக்குத் தெரிந்திருக்குமா? அவர் விரும்புவாரா? அல்லது தன் கணவரது ரசனையின் நீட்டல் விகாரத்தால் துணுக்குற்று சற்றே விலக நினைப்பாரா?

விஜயின் மனைவி பெயர் சங்கீதா. சிறிய பெயர்தான். சிறந்த பெயரும்கூட. அவர் அப்படியே அழைக்க விரும்பலாம்.எப்போதாவது சற்றே மாற்றி அழைக்கலாம். முன் சொன்ன விஜய்க்கு நெருக்கமான பத்திரிகையாளர் அளித்த தகவலின்படி அவர் 'கீத்' என்று அழைப்பார் என்று தெரிகிறது. இதைத் தெரிந்துகொண்டு, கேள்வி கேட்ட அந்த வாசகர் என்ன சாதிக்கப்போகிறார் என்பதுதான் என் கவலை.

தன் மனைவியை அவர் அப்படி அழைப்பாரா? அவர் பெயர் சங்கீதாவாக இல்லாமல் நிசும்பசூதனியாக இருக்கும் பட்சத்தில்? பிரச்னையாகும் சாத்தியங்கள் அதிகமல்லவா? தனக்கான பிரத்தியேகச் செல்லப்

பெயரை உருவாக்குவதில் அவருக்கு என்ன கஷ்டம் இருந்துவிடப் போகிறது? ஒருவேளை அருமை அண்ணன் விஜயைக் காட்டிலுமே சிறந்த செல்ல விளிச் சொல்லை அவர் கண்டடையலாமே?

அதைவிட, இந்த வினா விடையை அருமை அண்ணியார் வாசிக்க நேர்ந்தால் என்ன நினைப்பார்? ரசிகரின் பரிசுத்தமான அன்பு அவருக்கு விளங்குமா? அண்ணன் காட்டிய வழியம்மா என்று வழி மாறாமல் பயணம் மேற்கொள்ளத் தவிக்கும் அவரது தணியா தாகத்துக்கு அவரால் ஒரு கிண்ணம் நீரூற்ற இயலுமா?

பத்திரிகைகளுக்குக் கேள்விகள் அனுப்பும் வாசகர்களில் பல விதங்களுண்டு என்பது எனக்குத் தெரியும். தரமான,சிறந்த கேள்விகள் முதல் வேண்டுமென்றே கோக்குமாக்கான கேள்விகள் வரை அனுப்பும் ஒரு நூறு பேர் நிரந்தரமாக உலவும் மாநிலம் இது. பதிலறியும் ஆவல் ஏதுமன்றி, எப்படியாவது இதழில் தம் பெயர் இடம் பெற்றால் போதும் என்பதற்காகவே வினவுவோரும் உண்டு.

ஆனால் மேற்கண்ட வாசகர் இந்த எந்தப் பகுப்பினுள்ளும் அடங்காதவராகத் தெரிகிறார். அவரது இந்தக் கேள்வி, ஒரு விடையைப் பெற்று சாந்நித்தியம் அடைந்துவிட்டது. எனவே அவர் இதே ரகமாகத் தனக்குள்ள பிற சந்தேகங்களை இனி கேட்கத் தொடங்கினால் என்னாகும்? உதாரணமாகச் சில வினாக்களைக் கற்பனையாக எண்ணிப் பார்ப்பதே கலவரமூட்டக்கூடியதாக இருக்கிறது. பொதுவில் பகிர்ந்துகொள்ளச் சங்கடமாக இருக்கிறது.

இத்தகைய வினாக்களுக்கும் பதிலளித்து ஊக்குவிக்கும் பத்திரிகைகளை நினைத்தால் தமிழ்

மக்களின் தலையெழுத்தின்பால் மிகுந்த அனுதாபம் ஏற்பட்டுவிடுகிறது. மேற்படி வாசக ரசிகர் இன்னும் திருமணமாகாதவராக இருந்தால் மிகவும் நன்றாக இருக்கும் என்று ஏனோ திரும்பத் திரும்பத் தோன்றுகிறது.

அவருக்குத் திருமணமே ஆகாது போனாலும் நன்றாகத்தான் இருக்கும்.

பொடிப் பாடல்

*கொடியணி மாடமோங்கிக் குலவுசீ ரானைக்
காவில்
படியினி லுள்ளார்செய்த பாக்கிய
மனையான்செங்கைத்
தொடியினினர் மதனன்சோம சுந்தரன்
கடையினிற்செய்த
பொடியினைப் போடாமூக்கு புண்ணியஞ்
செய்யாமூக்கே.*

மேற்படி பாடல், திருவானைகாவில் மூக்குப் பொடிக் கடை வைத்திருந்த சோமசுந்தரம் என்பவரையும் அவரது மூக்குப் பொடியின் பெருமையையும் சொல்கிறது. இந்தப் பாடலை உ.வே. சாமிநாதய்யரும் அவரது ஆசிரியர்களுள் ஒருவரான தியாகராஜ செட்டியாரும் சேர்ந்து இயற்றியதாக அசோகமித்திரன் ஒரு கட்டுரையில் குறிப்பிடுகிறார் (பொடி விஷயம்).உ.வே.சா பொடி போடுவாரா என்று தெரியாது. ஆனால் தியாகராஜ செட்டியார் பொடிப் பிரியர்.

இன்றைக்கு மூக்குப் பொடி போடுவோர் அதிகமில்லை. இருப்பவர்களும் குறைந்தது எழுபது வயதுக்கு மேற்பட்டவர்களாக இருப்பார்கள் என்று நினைக்கிறேன். நானறிந்து என் தாய்வழித் தாத்தாவும் என் அப்பாவின் மூத்த சகோதரரும் டி.ஏ.எஸ். ரத்தினம் பொடியின் ரசிகர்களாக இருந்தார்கள். தாத்தா, பொடி போடுவதை ஒரு கலையாகச் செய்வார். அந்தச் சிறிய டப்பாவில் இருந்து அதை அவர் எடுப்பதே ஒரு நடன நாரீமணியின் அபிநயம் போல இருக்கும். பிறகு அண்ட சராசரங்களையும் அளந்து முடித்த ஒருவர் ஓய்வெடுப்பது போன்ற பாவனையில் ஆகாயத்தைப் பார்த்தவாறு, பாதி கண் மூடி உறிஞ்சுவார். அதற்கென்றே வைத்திருக்கும் துண்டால் மூக்கைத் துடைத்துக்கொண்டு பூமிக்கு இறங்கி வரும்போது அவர் கண்கள் கலங்கியிருக்கும். அது காரத்தால் வருவதல்ல. நிச்சயமாக ஆனந்தக் கண்ணீர்தான்.

பெரியப்பாவும் ரசித்துப் போடுகிறவராகத்தான் இருந்தார். ஆனால் அவரது அளவு கடந்த ரசனையின் விளைவாகப் பொடியை மேலெல்லாம் சிந்திக்கொள்வார். டி.ஏ.எஸ். ரத்தினம் தொழிலை மூடி விட்டுப் போய்விட்டால் என்ன செய்வது என்ற கவலையில் ஆள்காட்டி விரல் நகத்துக்கடியில் எப்போதும் ஒரு சிட்டிகை ஸ்டாக் வைத்திருக்கிறாரோ என்று நினைப்பேன். (இம்மாதிரிப் பழக்கம் ஏதுமில்லாத என் தந்தை, இன்னொரு முறை ஹார்ட் அட்டாக் வந்துவிடுமோ என்ற அச்சத்தில் இருபதாண்டுக் காலம் சார்பிட்ரேட் மாத்திரையை இடுப்பு பெல்ட்டில் ஸ்டாப்ளர் அடித்து வைத்திருந்தார்.)

புகையிலை, பொடி, பீடி, சிகரெட், கைனி, மாவா எல்லாம் நமது நாட்டில் உள்ள பல்வேறு சாதிகளைப்

போலத்தான். இது இல்லை என்றால் அது என்ற பரந்த மனப்பான்மை அவ்வளவு சீக்கிரம் யாருக்கும் வந்துவிடாது. அலைந்து திரிந்து எங்காவது தேடிப் பிடித்தேனும் தன் விருப்பத்துக்குரியதைப் பெற்றுவிடும் வேட்கை இருக்கும். எல்லாம் கெட்டது என்பது யாருக்குத்தான் தெரியாது? இந்த உலகில் பரிபூரண நல்லது என்ற ஒன்றை யாராவது சுட்டிக் காட்டிவிட்டால் இதிலிருந்தெல்லாம் விடுதலை பெற்றுவிடலாம்.

ஆனால் 'பொடியினைப் போடாமூக்கு புண்ணியஞ் செய்யா மூக்கே' என்பது போன்றதொரு வரி அதன்பின் எந்த ஜென்மத்திலும் ரசிக்கக் கிடைக்காது.

நான் மூக்குப் பொடி முயற்சி செய்து பார்த்ததில்லை. விருப்பமும் இருந்ததில்லை. ஆனால் மாவாவைக் குறித்து முன்பொரு சமயம் எழுதிய கட்டுரை இங்கே உள்ளது. ஒரு ரயில் பயணத்தின்போது மாவா தீர்ந்து போய், ஒரு பிகாரியிடம் புகையிலைச் சக்கை (பதப்படுத்தாத, காயவைத்த நீளமான இலைச்சுருள்) வாங்கி மென்ற அனுபவத்தைக் கொண்டு காம்யுவின் வாசனை என்றொரு சிறுகதை எழுதியிருக்கிறேன்.

ஒரு குறிப்பு:

உ.வே. சாமிநாதய்யரின் ஆசிரியர் மீனாட்சி சுந்தரம் பிள்ளையிடம் பயின்றவர்தான் தியாகராஜ செட்டியாரும். ஆனால் ஐயர் பயின்ற காலத்தில் அல்ல. அதற்கு முன்னால். அவ்வகையில் ஐயருக்கு தியாகராஜ செட்டியார் ஒரு சீனியர்தான். செட்டியார், உ.வே.சாவுக்குச் சில ஆலோசனைகள் சொல்லியிருக்கிறார். அது குறித்து என் சரித்திரத்தில்

குறிப்பு இருக்கிறது. மற்றபடி தியாகராஜ செட்டியாரிடம் உ.வே.சா. படித்ததற்கான குறிப்புகள் இல்லை. அசோகமித்திரன் நினைவுப் பிழையாக ஆசிரியர் என்று தனது கட்டுரையில் குறிப்பிட்டிருக்க வேண்டும் என்று நினைக்கிறேன்.

முன் கள வீரர்கள்

இன்று உள்ளதா தெரியவில்லை. முன்னொரு காலத்தில் அக்ரெடிடட் ஜர்னலிஸ்ட் என்றொரு அந்தஸ்து இருந்தது.அரசாங்க கோபுரச் சின்னத்துடன் ஒரு கார்டு தருவார்கள். எல்லோருக்குமல்ல. நாளிதழ்கள் என்றால் ஒரு சிலருக்கு. வார இதழ்களுக்கு ஒன்றிரண்டு மட்டும் (பத்திரிகையின் வீச்சுக்கு ஏற்ப). அந்த அடையாள அட்டை இருந்தால்தான் தலைமைச் செயலகம், எம்.எல்.ஏ. ஹாஸ்டல், சட்ட மன்ற வளாகத்துக்கெல்லாம் தடையின்றிச் செல்ல முடியும். அரசு விழாக்களில் அது இருந்தால் முன் வரிசையில் உட்காரலாம்.

நான் பத்திரிகையாளனாகப் பணியாற்றத் தொடங்கி ஐந்தாண்டுகளுக்குப் பிறகு எனக்கு அந்த அடையாள அட்டை கிடைத்தது. அதை வைத்துக்கொண்டு எனக்கு அப்போது தலைகால் புரியவில்லை. திடீர் திடீரென்று நேரே கிளம்பி சட்ட மன்றத்துக்குப் போய்விடுவேன். எம்.எல்.ஏ. ஹாஸ்டலுக்குப் போவேன். தலைமைச் செயலக வளாகத்தில் எந்த அதிகாரியின் அறைக்கும் எளிதாகப் போய் ஏதாவது

நாலு கேள்வி கேட்டு பதில் வாங்கிக்கொண்டு வருவேன். எம்.எல்.ஏக்களாக இருந்தவர்களுள் சொ. பாலகிருஷ்ணன், பரிதி இளம்வழுதி, கே.எஸ். அழகிரி போன்ற சிலரை எந்த முன்னறிவிப்பும் இன்றி சென்று சந்தித்துப் பேச முடியும். அதெல்லாம் அன்று பெரிய சாதனை போலப் பார்க்கப்படும்.

சௌந்தர்ராஜன் என்றொரு முக்கியப் பிரமுகர் இருந்தார். திருச்சிக்காரரர். எம்.ஜி.ஆர். ஆட்சியில் அமைச்சராகச் சில காலம் பணியாற்றியவர். அவரது ஓய்வுக்குப் பின் ஒருமுறை அவரைச் சந்திக்கச் சென்றபோது, 'அந்த கார்டை வெச்சிக்கிட்டு என்ன பண்றிங்க?' என்று கேட்டார். மேலே சொன்னதை அவரிடம் சொன்னேன்.

'திருவான்மியூர்ல ஜர்னலிஸ்டுங்களுக்கு வீடு அலாட் ஆகுதே, அப்ளை பண்ணிங்களா?'

'இல்ல சார்.'

'ஏன்?'

'திருவான்மியூரெல்லாம் மெட்ராஸுக்கு சம்மந்தமில் லாத ஏரியா சார். அங்க வீடு வாங்கி நான் என்ன பண்ணப் போறேன்?'

'அப்படியா' என்றார்.

உண்மையில் எனக்கு அன்று அதெல்லாம் தெரியவே தெரியாது. அக்ரெடிடட் கார்ட் உள்ளவர்களுக்கு வீடு இலவசம் என்று சொல்லியிருந்தால் ஒருவேளை போயிருப்பேனோ என்னவோ. பணம் போட்டு வீடு வாங்குவதையெல்லாம் நினைக்கக்கூடத் தெரியாதவனாக இருந்தேன். அது சகாய விலையாக இருந்தாலுமே சரி. நான் என்றல்ல. பெரும்பாலான

பத்திரிகையாளர்கள் அன்று அப்படித்தான். மிகக் குறைந்த ஊதியத்துக்குத்தான் வேலை பார்த்துக் கொண்டிருந்தோம். வீடு வாங்கும் அளவுக்கெல்லாம் வசதி கிடையாது.

திருமணத்துக்குப் பிறகு என் மனைவியும் அந்தத் திருவான்மியூர் ஜர்னலிஸ்ட் காலனிக்கு ஏன் அப்ளை செய்யவில்லை என்று கேட்டார். நான் ஒரு நல்ல மக்கு என்பதைத் தவிர வேறென்ன காரணம் சொல்ல முடியும்? 'ஹவுசிங் லோன்' என்ற விஷயமே அப்போது தெரியாது எனக்கு.

இதெல்லாம் இன்று நினைவுக்கு வரக் காரணம், ஊடகத் துறையினரை முன் களப் பணியாளர்களாக அரசு அறிவித்திருக்கிறது. சலுகை என்று இப்போது சொல்லப்படுவதெல்லாம் எதையென்று எனக்குத் தெரியவில்லை.வெறுமனே ஊரடங்கு நேரத்தில் வெளியே சுற்றுகிற சலுகைதான் என்றால் அது பயனற்றது. எந்த வித பணிப் பாதுகாப்பும் இல்லாத துறை அது. சென்ற லாக் டவுன் சமயத்தில் எத்தனைப் பேருக்கு வேலை போனது என்பதை எண்ணிப் பார்க்கிறேன். அவர்களெல்லாம் மீண்டு எழுந்திருக்க எவ்வளவு காலமாகியிருக்கும்! உண்மையிலேயே பத்திரிகையாளர்கள் மகிழ்ச்சி அல்லது நிம்மதி கொள்ளும்படியாக இந்த முன்களப் பணியாளர் அந்தஸ்தால் அவர்களுக்கு ஏதாவது நல்லது நடக்குமானால் மிகுந்த மகிழ்ச்சி கொள்வேன்.

அப்பா

எலும்புகளை ஒரு சட்டியில் போட்டு வைத்திருந்தார்கள். அவை சூடாக இருந்தன. எட்டு மணி நேரத்துக்கு முன்பு வரை அப்பாவாக இருந்து, பிறகு பிரேதமாகி, இப்போது ஒரு சிறு மண் சட்டிக்குள் அவர் எலும்புத் துண்டுகளாக இருந்தார். சாம்பல் குவியலில் இருந்து பொறுக்கியெடுத்தவர் கைகள் சுட்டிருக்கும். காரியம் முடியவே ஆறு மணிக்குமேல் ஆகிவிட்டபடியால் உடனடியாக இடத்தைக் காலி பண்ணவேண்டியிருந்தது. சுடுகாட்டு ஊழியர்களுக்கும் வீடு வாசல் உண்டு. பணிக்கு அப்பால் வாழ்க்கை உண்டு. பிணங்களோடு புழங்கினாலும் அவர்களும் வாழத்தான் வேண்டும்.

இடது கைய பால்ல நனைச்சிக்கோங்கோ. அப்படியே ஒவ்வொரு எலும்பா எடுத்து அந்தப் பானைல போடுங்கோ.

நான்இடது கையைப் பாலில் நனைத்துக்கொண்டேன். மண் சட்டியில் கை வைத்தேன். எலும்புகள். அனைத்துமே விரலளவு நீளத்தில்தான் இருந்தன. எடுத்துச் சென்று கடலில் சேர்க்கத் தோதாக உடைத்திருப்பார்களாயிருக்கும். அப்பா

வலியற்ற வெளியில் இருந்து பார்த்திருப்பாரா? உடைக்காதே அது என் எலும்பு என்று மௌனமாகச் சொல்லியிருப்பாரா? வாழ்நாள் முழுதும் எத்தனையோ வேலை மாற்றங்கள், வீடு மாற்றங்கள். இதுவும் மாற்றம்தான் என்று உணர்ந்திருப்பாரா? ஆனால் கட்டாய வெளியேற்றம். அதில் சந்தேகமில்லை. அவருக்கு வாழ்ந்துகொண்டே இருக்க வேண்டும். படுத்துக்கொண்டே இருந்தாலும் வாழ்ந்துகொண்டுதான் இருக்கவேண்டும். வாழ்வின்மீது அப்படியொரு தீரா ருசி.

ம், எடுங்கோ.

நான்சட்டிக்குள்கையைவிட்டுத்துழாவிப்பார்த்தேன். எது அப்பாவின் விரல் எலும்பாயிருக்கும்? எது கழுத்தெலும்பாயிருக்கும்? வருடக்கணக்கில் நோய்வாய்ப்பட்டுப் படுத்திருந்த மனிதரின் நெஞ்செலும்பு, தோலைத் தாண்டித் தெரிய ஆரம்பித்திருந்ததை நினைத்துக்கொண்டேன். அப்பா தன் நெஞ்சைத்தான் பொக்கிஷம்போல் பாதுகாத்து வந்தார். இருபது வருடங்களுக்கு முன்னர் வந்த நெஞ்சு வலியின் விளைவு. மருத்துவமனையில் ஒருவாரம் படுத்திருந்துவிட்டு வீட்டுக்கு வந்தபோது சார்பிட்ரேட் என்ற மாத்திரையை ஒரு சிறு பிளாஸ்டிக் கவரில் போட்டு,ஸ்டாப்லர் பின் அடித்து இடுப்பு பெல்ட்டில் சேர்த்துக் கட்டிக் கொண்டார்.

மிஸ்டர் பார்ஸாரதி, இந்த மாத்திரை எப்பவும் உங்களோட இருக்கணும். எப்ப நெஞ்சு வலிக்கற மாதிரி இருந்தாலும் சட்டுனு ஒண்ண எடுத்து நாக்குக்கு அடில போட்டுருங்க. உடனே கௌம்பி ஹாஸ்பிடல் வந்துருங்க.

டிஸ்சார்ஜின்போது டாக்டர் சொல்லி அனுப்பியதை அவர் சிரத்தையாகக் கடைப்பிடிக்க முடிவு செய்தார்.

மறுநாள் குளித்துவிட்டு வந்து வேட்டி கட்டி பெல்ட்டைப் போட்டதும் மறக்காமல் மாத்திரை கவரை எடுத்து சொருகிக்கொண்டார். காலை வாக்கிங் கிளம்பும்போது இடுப்பைத் தொட்டுப் பார்த்துக்கொள்வார். வெளியே எங்கு போனாலும் இடுப்பில் பெல்ட் இருக்கும். அதில் சார்பிட்ரேட் கவர் இருக்கும். வேட்டி கட்ட மறந்தாலும் பெல்ட் கட்ட மறந்ததில்லை.

மாத்திரைகளால் ஆனது அவர் உலகம். இதயத்துக்கானவை. சிறுநீரகங்களுக்கானவை. நீரிழிவுக்கானவை. ரத்தக்கொதிப்புக்கானவை. நரம்புத் தளர்ச்சிக்கானவை. பொதுவான சத்து மாத்திரைகள். உறக்கத்துக்கொன்று. உலவிக்கொண்டிருக்க ஒன்று. உணவுக்கு முந்தைய மாத்திரைகளும், உணவுக்குப் பிந்தைய மாத்திரைகளும். ஒரு நாள் என்பது மூன்று வேளைகளால் ஆனது. மூன்று வேளை என்பது இருபத்தியேழு மாத்திரைகளால் ஆனது. உணவு அவருக்குப் பொருட்டில்லை. கரைத்த அரை தம்ளர் ரசம் சாதம் போதும். ஆனால் மாத்திரைகள் முக்கியம்.

இவ்ளோ மாத்திரை எதுக்குப்பா? விட்டுத் தொலையேன்? இனிமே இதெல்லாம் உன் உடம்புக்கு உதவும்னு எனக்குத் தோணலை.

என்றோ ஒருநாள் சொன்னேன். புன்னகை செய்தார். அவரால் என்னையும் விடமுடியாது; மாத்திரைகளையும் விடமுடியாது என்று எனக்குத் தெரியும். மாத்திரையாவது பல ஆண்டுகள் அவரை உயிரோடு இருக்கவைத்தன. நான் பத்து காசுக்குப் பெறாதவன். மானசீக பலம் என்பதைத் தாண்டி வேறெதையும் தராதவன். அவரை எழுப்பி நிமிர்த்தி டாய்லெட்டுக்கு அழைத்துச் செல்லவும் வக்கற்றவன்.

என்தம்பி செய்வான். சலிக்காமல் செய்வான். அசிங்கம் பார்க்கமாட்டான். நாற்றம் பொருட்படுத்தமாட்டான். சற்றும் ஒத்துழைக்காத அவரது உடலை ஓர் இரும்புக் கழிபோல் கையாளத் தெரிந்தவன். ஒரு நாளில் இருபது முறை கழிப்பறைக்கு அழைத்துப் போவான். ஒரு கையால் நிமிர்த்திப் பிடித்துக்கொண்டு மறு கையால் சவரம் செய்துவிடுவான். உடம்பெங்கும் நீக்கமற நிறைந்துவிட்ட புண்களைத்துடைத்து மருந்து போட்டு, அது கலையாதிருக்க மேலுக்கு பவுடர் போட்டுப் படுக்கவைப்பான். நாலு ஜோக்கடித்து சிரிக்கவைத்துவிட்டு ஆபீசுக்குக் கிளம்பிப் போவான்.

நினைத்துப் பார்த்தால் எனது இயலாமை சில சமயம் சங்கடமாக இருக்கும். அப்பா என்கிற மனிதரை என்னால் படுத்த கோலத்தில் ஏற்க முடியாததே காரணம் என்று தோன்றுகிறது. நிற்காமல் ஓடிக்கொண்டிருந்த ஒரு விரைவு ரயிலைப் போலத்தான் என் மனத்தில் அவர் பதிந்திருக்கிறார்.

அவர் இறந்த தகவல் அறிந்து அவரிடம் படித்த மாணவர்கள் பலபேர் வீட்டுக்கு வந்திருந்தார்கள். டெரர் சார் உங்கப்பா.என்னா விரட்டு விரட்டுவாரு! அவருகிட்ட வாங்கின அடியெல்லாம் மறக்கவே முடியாது சார். அன்னிக்கி அவர கண்டாலே பிடிக்காது எங்களுக்கெல்லாம். ஆனா இப்ப நெனச்சிப் பாக்குறோம் சார். அந்த அடி அன்னிக்கி அவர் அடிச்சி கத்துத் தரலன்னா இன்னிக்கி நாங்க திங்கற சோறு எங்களுது இல்ல.

அப்பா டெரர்தான். சந்தேகமில்லை. தன்னிடம் படித்த மாணவர்களுக்கு மட்டுமில்லை. குடும்ப உறுப்பினர்களுக்கும் அவர் அப்படித்தான் இருந்தார். அவர் இருக்கும் இடத்தில் அடுத்தவர் குரல் அவ்வளவாகக் கேட்காது. அனைத்திலும்

ஒரு ராணுவ ஒழுங்கு எதிர்பார்த்துக் கடைசி வரை போராடித் தோற்றவர் அவர். ஏதோ ஒரு கட்டத்தில் என் ஒழுங்கீனங்களை ரசிக்க ஆரம்பித்திருக்கிறார். அவர் சொல்லிக் கொடுத்த அனைத்திலும் அவசியத்துக்கேற்ற மாறுதல்கள் செய்து, என் வாழ்வை நானே வடிவமைக்கத் தொடங்கியபோது முதலில் அவர் அதிர்ச்சியடைந்திருக்க வேண்டும். ஆனால் காட்டிக்கொள்ளவில்லை. இருந்துட்டுப் போகட்டுமே, என்ன இப்ப?

மனோகர் அப்போதெல்லாம் அடிக்கடி என் வீட்டுக்கு வருவான். பதினைந்து வயது இருக்குமா அப்போது? அன்று எனக்கு அவந்தான் நண்பன். அவன் ஒரு பெண்ணை அப்போது தீவிரமாகக் காதலித்துக்கொண்டிருந்தான். அவள் பெயர் மீரா. டைப் ரைட்டிங் இன்ஸ்டிட்யூட்டில் பழக்கம்.

டேய் ராகவா, ஒரு ஹெல்ப் பண்ணுடா. அவகிட்ட என் லவ்வ எப்படி சொல்றதுன்னு தெரியல. கவிதையா ஒண்ணு எழுதிக் குடுடா. அது ஒர்க் அவுட் ஆகும்னு நினைக்கறேன்.

என்னையும் மதித்து ஒரு படைப்பைக் கேட்ட முதல் மனிதன் அவன். பின்னாளில் எத்தனையோ பத்திரிகை ஆசிரியர்கள், திரைப்பட இயக்குநர்கள், தொலைக்காட்சி நிறுவனங்கள் எழுதக் கேட்டதற்கெல்லாம் ஆரம்பப் புள்ளி அவன் தான்.

அதற்கென்ன கவிதைதானே. எழுதினால் போயிற்று.

அன்றிரவே ஒரு எண்சீர் விருத்தம் எழுதினேன். நாலைந்து முறை படித்து திருத்தங்கள் செய்து, பிரதியெடுத்து மறுநாள் அவனிடம் கொடுத்தேன்.

ரொம்ப தேங்ஸ்டா.

அன்றிரவு என் மூலப்பிரதியை என் தம்பி பார்த்து விட்டான். அம்மா, இந்த அக்கிரமத்த பாத்தியா? இவன் கெட்ட கேட்டுக்கு லவ்வு பண்றானாம் லவ்வு.

வீடு உக்கிரமடைந்த தினம் அன்று. யார் அந்த மீரா? எத்தனை நாள் பழக்கம்? படிக்கிற வயதில் எதற்கு இந்த அசிங்கமெல்லாம்? மானம் போயிற்று. மரியாதை போயிற்று. நீயெல்லாம் ஒரு மகனா? உன்னை இனி இங்கு வைத்திருப்பதே சரியில்லை. வம்சத்திலேயே இல்லாத கொலை பாதகத்தைச் செய்திருக்கிறாய். அப்பா வரட்டும், இன்று இருக்கிறது கச்சேரி.

அம்மா ஊருக்கே கேட்கிறபடி கத்தித் தீர்த்தாள். என்னை ஒரு வினாடி பேச அனுமதித்திருக்கலாம். மீரா எனக்குத் தெரிந்த பெண் தான். ஆனால் அவளை நான் காதலிக்கவில்லை. மனோகரின் காதலுக்கு ஒரு சிறு கவியுதவி மட்டுமே நான் செய்திருக்கிறேன்.

சொல்லியிருப்பேன். சொன்னால் நம்புவாளா என்று சந்தேகமாக இருந்ததால் அமைதியாகவே இருந்துவிட்டேன். குற்றச்சாட்டில் உண்மை இல்லை என்பது மனத்துக்குத் தெரிந்துவிட்டால் நமக்குக் கொந்தளிப்பு கிடையாது.

அன்று அம்மாவை சமாதானப்படுத்த அக்கம்பக்கத்துப் பெண்களெல்லாம் தேவைப்பட்டார்கள். என் தம்பி மிகவும் மெனக்கெட்டான். யார் யாரோ எனக்கு அறிவுரை சொல்லிவிட்டுப் போனார்கள். அப்பா பேரைக் கெடுக்காதே. கௌரவமான கல்வியாளர். வாத்தியார் பிள்ளை மக்காக இருந்தால் பரவாயில்லை. ஆனால் பொறுக்கி என்று பேரெடுத்துவிட்டால் சிக்கல்.

இரவு அப்பா வீட்டுக்கு வந்ததும் என் ரஃப் நோட் அவர்முன் எடுத்து வைக்கப்பட்டது. கடைசிப்

பக்கத்தைப் பாரீர். அதிலுள்ள கவிதையைப் பாரீர். இந்தக் கயவனுக்கு என்ன தண்டனை தரலாம் என்று முடிவு செய்ய வேண்டியது உங்கள் பொறுப்பு.

அப்பா அந்தக் கவிதையைப் படித்தார். என்னை ஒரு பார்வை பார்த்தார். பயமாக இருந்தது. நோட்டை மூடி வைத்துவிட்டு, டிபன் ரெடியா என்று போய்விட்டார்.

மறுநாள் காலை நான் சீக்கிரம் எழுந்துவிட்டேன். அப்பாவாக்கிங் கிளம்பும் முன் படிக்கிற பாவனையில் மொட்டை மாடிக்குப் போய்விடுகிற உத்தேசம். பின்புறம் பல் துலக்கிக்கொண்டிருந்தபோது அப்பா வந்தார். மீண்டும் பயமாக இருந்தது.

நீதான் எழுதினியா.

ஒரு கணம் யோசித்திருப்பேன். பொய் இவரிடம் செல்லாது என்று தோன்றியது. எனவே ஆமாம் என்று சொன்னேன்.

மேற்கொண்டு மனோகரைப் பற்றியும் அவனது காதலைப் பற்றியும் சொல்ல ஆயத்தமாவதற்குள் அவர் சொன்னார். விருத்தம் நல்லா வருது ஒனக்கு. ஆனா அங்கங்க சந்தம் இடிக்கறது. அத மட்டும் பாத்துக்கோ.

எடுங்கோ சுவாமி. தயங்கிண்டே இருந்தா காரியம் நடக்காது.

இரண்டு எலும்புத் துண்டுகளை எடுத்துப் போட்டு விட்டு அடுத்ததில் கையை வைத்தபோது அப்பா கூப்பிட்டார்.

ராகவா, உன் பெண்டாட்டி தைரியசாலிதான். ஆனா அந்த தைரியத்துலயே தொடர்ந்து அபத்தமா பண்ணிண்டே இருக்காத. பாத்துக்கறதுக்கு நீ

இருக்கன்ற தைரியம் அவளுக்கு அப்பப்பவாவது வரணும்.

அப்பாதான் சொல்கிறாரா? ஆனால் அந்தச் சொற்கள் அவருடையவைதான். சந்தேகமில்லை. ஒரு விபத்தில் கால் உடைந்து மாதக்கணக்கில் படுத்திருந்தபோது அவர் சொன்னது. வண்டி ஓட்றப்ப நிதானமா ஓட்டு. யாரையும் யாரும் முந்த முடியாது. அதுக்கு அவசியமும் இல்ல. வேகமா போறது முக்கியமில்ல. போகவேண்டிய இடத்துக்குப் போய்ச் சேர்றதுதான் முக்கியம்.

எலும்பு உடைந்து கட்டுப்போட்ட என் காலை அவரது கரம் தன்னியல்பாக வருடிக்கொண்டிருந்ததைக் கண்டேன். கட்டின் கனத்தால் அப்போது ஸ்பரிசம் உணரமுடியவில்லை. இப்போது அது வலித்தது. மயானத்து வேலையாள் துண்டுகளாக உடைத்தபோது அவருக்கு வலித்திருக்குமா?

பானையை ஒரு துணியில் சுற்றி முடிந்தார்கள். ஒரு மூட்டையாகக் கையில் கொடுத்தார்கள்.

வழில எங்கயும் நிக்காதிங்கோ. நேரா கடற்கரைக்குப் போயிடுங்கோ. முழங்கால் ஜலத்துல நின்னா போதும். பின்பக்கமா போடணும். திரும்பிப் பாக்கப்படாது. போட்டுட்டு அப்படியே முக்கு போட்டுட்டு வந்துடுங்கோ.

மடியில் அப்பாவை வைத்துக்கொண்டு காரில் அமர்ந்தபோது அவர் சொன்னார். நீ எழுதறவன். உன் அவுட்லெட் ஒனக்குத் தெரியும். அவளுக்கு அவுட்லெட் நீ ஒருத்தன் தான். அவ என்ன சொன்னாலும் கேட்டுக்கோ. திட்டினா பொறுத்துக்கோ. திருப்பித் திட்டாத. என்ன கோவம் வந்தாலும் கைய மட்டும் நீட்டாத. பொண்டாட்டிய

அடிக்கறது மாதிரி ஒரு அசிங்கம் இந்த உலகத்துலயே கிடையாது. அதவிட பெரிய பாவம் வேற எதுவும் கிடையாது.

தனது வலுமிக்க பிரம்படிகளால் தான் உத்தியோகம் பார்த்த அத்தனை பள்ளிக்கூடங்களிலும் அவர் இன்றுவரை நினைவுகூரப் படுகிறவர். நானும் அடி வாங்கியிருக்கிறேன். பள்ளி நாள்களில் விரட்டி விரட்டி அடித்திருக்கிறார்.எல்லாம் ஆங்கில இலக்கணப் பிழைகள் சார்ந்த அடிகள். ஆனால் ஐம்பத்து எட்டாண்டுக்கால மணவாழ்வில் அம்மாவை அவர் அடித்ததோ, வலிக்குமளவுக்குத் திட்டியதோ இல்லை. ஒருநாளும் இல்லை.

வாழ்நாளில் எனக்கு அவரளித்த ஒரே அறிவுரை அதுதான். என்ன ஆனாலும் மனைவியைக் கைநீட்டாதே.

இல்லப்பா. இருவது வருஷமாச்சு. இன்னிக்கு வரைக்கும் அப்படி செஞ்சதில்ல.

தெரியும். இனிமேலயும் கூடாது. அடிக்கற அளவுக்குக் கோவம் வருதுன்னா, அது உன் தப்ப மறைக்கப் பாக்கற முயற்சின்னு அர்த்தம். உடனே நீ என்ன தப்பு பண்ணன்னு தேட ஆரம்பிச்சிடு. வீட்டுப் பொண்ண கைநீட்டி அடிச்சா குடும்பம் உருப்படாது. ஒண்ணு தெரிஞ்சிக்கோ. ஒன்ன விட உன் பொண்டாட்டிதான் குடும்பத்துக்கு முக்கியம்.

சோழிங்கநல்லூர் டிராஃபிக் தாண்டி கடற்கரையை அடையும்போது முற்றிலும் இருட்டிவிட்டது. கடலுக்குச் செல்லும் பாதையைத் தடுப்புப் போட்டு மறைத்திருந்தார்கள். வண்டியைவிட்டு இறங்கி, தடுப்பை நகர்த்திவிட்டுச் செல்லவேண்டியிருந்தது. கடல் காற்று மிகவும் சூடாக இருந்தது. கையில்

அப்பாவும் சூடாகத்தான் இருந்தார். இயல்பாகவே அவருக்கு சூட்டு உடம்பு. கொதிக்கக் கொதிக்க காப்பி குடிப்பார். கை பொறுக்க முடியாத கடும் சுடுநீரில்தான் குளிப்பார். எப்படித்தான் அந்தச் சூட்டைப் பொறுக்கிறாரோ என்று எப்போதும் தோன்றும். மந்திரம் சொல்லி, தர்ப்பைப் புல்லால் பாத்தி கட்டிய நெஞ்சில் நெருப்பை வைத்து, பிரம்மாண்டமான பயோ கேஸ் அடுப்பறைக்குள் அவரை அனுப்பியபோது அந்த தகன அறையின் முப்புறங்களில் இருந்தும் சீறி வந்த பெருநெருப்பைக் கண்டேன். அது அவரைத் தீண்டும்முன் பலத்த சத்தமுடன் அறைக்கதவு மூடப்பட்டுவிட்டது.

சரி போ அப்பாவுக்குச் சூடு பிடிக்கும் என்று எண்ணிக்கொண்டபடி பின்புறமாக அவரைக் கடலில் சேர்த்தேன். குளித்தெழுந்தபோது கடலும் சூடாக இருந்தது தெரிந்தது.

வீட்டுக்கு வந்து குளித்து, சாப்பிட்டதும் நான் முதலில் தேடியது அப்பாவின் சார்பிட்ரேட் மாத்திரையைத்தான். அது கிடைக்கவில்லை. வேறு பலப்பல மாத்திரைகளின் ஆதிக்கத்தால் அவர் அநேகமாக சார்பிட்ரேட்டை மறந்திருப்பார் என்று தோன்றியது. இருபதாண்டுக் காலமாக ஒரு சிறிய கவருக்குள் போடப்பட்டு அவரது இடுப்போடு இருந்த மாத்திரை. அவருக்கு அடுத்த ஹார்ட் அட்டாக் வரவேயில்லை. சார்பிட்ரேட்டைப் பயன்படுத்தும் சந்தர்ப்பமும் வரவில்லை. மிக நிச்சயமாக கார்டியாக் அரெஸ்டால்தான் அவர் இறந்திருக்க முடியும். அந்தக் கணத்து வலியைக்கூட அவர் தெரியப்படுத்தவில்லை.

உறங்குவது போலத்தான் இல்லாமல் போயிருந்தார்.

வணங்கக் கிடைக்கும் தருணங்கள்

ஏதோ ஒரு பொது நிகழ்ச்சி. ஒரு ரசிகை யானியிடம் கேட்கிறார். நீங்கள் வாசிக்கும்போது உங்கள் அருகே நான் அமர்ந்திருக்க வேண்டும். ஒரு பாடலையாவது அப்படி ரசிக்க வேண்டும். உங்களைத் தொடமாட்டேன். தொந்தரவு செய்ய மாட்டேன். வேண்டியதெல்லாம் அருகே அமர ஒரு வாய்ப்பு.

யானி முதலில் திகைத்து விடுகிறார். பிறகு வெட்கப்படுகிறார். சிறிது சங்கடமாகிறார். அவர் அடுத்து வாசிக்கவிருக்கும் நாஸ்டால்ஜியா என்னும் பாடலின் ஸ்வரக்கட்டு முழு பியானோவின் நீளத்துக்கும் குறுக்கும் நெடுக்கும் போய்வரக்கூடியது. கை இடிக்கும். கஷ்டமாக இருக்குமே என்கிறார். அந்தப் பெண் விடுவதில்லை. தன்னால் நிச்சயமாகத் தொந்தரவு இருக்காது என்று சொல்கிறார். வேறு வழியின்றி ஒப்புக்கொள்கிறார். இருப்பினும் பதற்றம் இருக்கிறது. எழுந்து சென்று தண்ணீர் குடித்துவிட்டு வந்து அமர்கிறார். வாசிக்கத் தொடங்குகிறார்.

அந்த விடியோவை நீங்கள் யுட்யூபில் பார்க்கலாம். எப்போதும் வாசிக்கும்போது அவர் முகத்தில் இருக்கும் மகிழ்ச்சியோ, பரவச உணர்வோ, லயிப்போ சற்றும் இருக்கவில்லை. ஒரு பதற்றம் மட்டும். அச்சம் மட்டும். மெல்லிய கலவர உணர்வு மட்டும். வாசித்து முடிக்கும்போதுதான் மூச்சு விடுகிறார். எத்தனை பெரிய இடர்.

யானிக்குத்தான் என்றில்லை. எல்லா கலைஞர்களுக்கும் இது இருக்கும். ஒரு செயலில் ஈடுபட்டிருக்கும்போது தோளுக்குப் பின்னால் யாராவது வந்து நின்றால் செயல்தான் முதலில் சாகும். நீங்கள் உங்கள் சொத்தை எழுதி வைத்தாலும் நான் எழுதும்போது என் அருகே நீங்கள் இருக்கச் சம்மதிக்க மாட்டேன். எதிரே இருக்கலாம். அது பிரச்னை இல்லை. ஆனால் அருகே முடியாது. விரல் அசையக்கூட செய்யாது. இதெல்லாம் ஏன் இப்படி இருக்கிறது; எதனால் இம்மனத்தடைகள் வருகின்றன என்று தெரியவில்லை.

ஆனால், எனக்கு இரண்டு எழுத்தாளர்கள் அவர்கள் எழுதும்போது அருகே அமர்ந்து பார்க்க அனுமதி அளித்திருக்கிறார்கள். இரா. முருகனும் ம.வே. சிவகுமாரும். என் வாழ்நாள் முழுவதும் அதற்காக நான் அவர்களுக்குக் கடன் பட்டிருக்கிறேன். ஏனெனில், அது ஓர் அனுபவம். தலைகீழாக நின்று தவம் புரிந்தாலும் வேறு யாருக்கும் கிடைக்காது. அருகே ஓர் அன்னியன் இருந்தாலும் என் பணி கெடாது என்ற உள உறுதி உள்ளவர்கள் மட்டுமே இதற்கு அனுமதிப்பார்கள்.

இரா. முருகன் அப்போது தி. நகர் மோதிலால் தெருவில் குடியிருந்தார். விடுமுறை நாள்களில்

அவரைப் பார்க்கச் செல்வேன். அப்போதெல்லாம் முருகனுக்கு எழுதுவதற்கு மேசையே தேவையில்லை. தொப்பையின்மீதே பேடை வைத்து எழுதிக்கொண்டிருப்பார். நான் அருகே அமர்ந்து அவர் எழுதுவதை ஆர்வமுடன் கவனிப்பேன். எந்தச் சொல்லுக்கு அடுத்து எது வந்து விழுகிறது என்பதிலேயே என் ஆர்வம் இருக்கும். என் கணிப்புக்கு மாறாக வரும் ஒவ்வொரு சொல்லையும் எடுத்து வைத்துக்கொள்வேன். நானாக எடுத்துக்கொண்டது அது. அவர் கொடுத்தனுப்பியது அந்தத் தொப்பை. இன்றும் வைத்திருக்கிறேன். ஆனால் அவரிடம் இப்போது அது இல்லை.

இன்னொருவர் ம.வே. சிவகுமார். குறைந்தது ஆறேழு சிறுகதைகளையாவது அவர் எழுதும்போது மிக அருகில் இருந்து கவனித்திருக்கிறேன். சிவகுமார் எழுதும்போது சாமி வந்தவர் போலவே இருப்பார். பதற்றம் அவரது ஒவ்வொரு அசைவிலும் தெரியும். பார்வை ஓரிடத்தில் நிற்காமல் அலைபாய்ந்தபடி இருக்கும். ஒரு சிகரெட் முடியும் முன்பே இன்னொன்றைப் பற்ற வைத்துக்கொள்வார். எழுதிய வரி சரியில்லை என்றால் குறுக்கே அடிக்க மாட்டார். அப்படியே அந்தத் தாளைக் கீழே போட்டுவிட்டு இன்னொரு புதிய தாளை உருவி மீண்டும் எழுதத் தொடங்குவார். தாளைக் கசக்கக்கூடாது என்பதை அவரிடம் இருந்து கற்றேன். சிவகுமார் எழுதும்போது அவர் அறையெங்கும் பாரதிராஜா படத்தில் கைக்குட்டைகள் பறப்பது போலத் தாள்கள் பறக்கும். அவர் எழுதிய ஏதோ ஒரு வரி அல்லது ஒரு சொல் அல்லது ஒரு பத்தி எனக்குப் பிடித்துப் போய் அப்போதே பாராட்டிவிட்டால் அப்படியே எழுதுவதை நிறுத்திவிட்டு வேறு ஏதாவது பேசுவார்.

மீண்டும் அவர் எழுதும் மனநிலைக்குச் செல்லக் குறைந்தது பதினைந்து நிமிடங்களாவது ஆகும். ஆனால் பொதுவாக வேறு ஏதாவது பேசினால் அது அவரை பாதிக்காது. பதில் சொன்னபடியே எழுதுவார்.

இன்றைக்கு யானியின் அந்த வீடியோ தற்செயலாகக் கண்ணில் பட்டபோது முருகனையும் சிவகுமாரையும் தான் நினைத்துக்கொண்டேன். வணங்கக் கிடைக்கும் தருணங்களைத் தவறவிடக்கூடாது.

க்ளப்கள்

பேராச்சி கண்ணன் எழுதிய தல புராணம் என்ற புத்தகத்தைப் படிக்க எடுத்தேன். மிகவும் சுவாரசியமாகப் போகிறது.அதில் அடையாறு க்ளப் குறித்த கட்டுரையைப் படித்தபோது சென்னை நகரத்தில் உள்ள க்ளப்கள் சில நினைவுக்கு வந்தன.

சென்னையில் சில க்ளப்கள் இருக்கின்றன. தி. நகர் க்ளப், எஸ்.வி.எஸ் க்ளப், காஸ்மோபாலிடன் க்ளப், ரேஸ் கோர்ஸ் க்ளப் என்பது போல. போரூர் போகிற வழியில் லெ மிக்கல் என்றொரு க்ளப் இருக்கிறது. நான் கிண்டி க்ளப்புக்குச் சென்று பார்த்ததில்லை. ஆனால் மற்ற மூன்று க்ளப்களுக்குத் தலா ஒரு முறை சென்றிருக்கிறேன். முற்காலத்தில் சிறிது வசதி படைத்த கனவான்கள் இளைப்பாறும் இடமாக இந்த க்ளப்கள் இருந்திருக்கின்றன. வீட்டுக்குத் தெரியாமல் செய்யக் கூடிய காரியங்களுக்கும் வசதியாக இருக்கும் போல.

என் மனைவி பழங்கால எழுத்து முறைக்கு ரசிகை. இருபதாம் நூற்றாண்டின் தொடக்க கால

நாவலாசிரியர்களைத் தேடிப் படிப்பார். அவர் சொல்லும் சில கதைகளின் வழியாக அந்நாளில் க்ளப்புக்குப் போகிறவர்களின் சமூக அந்தஸ்து, பழக்க வழக்கங்கள் சார்ந்த ஒரு பிம்பம் எனக்கு முதல் முதலில் கிடைத்தது. அசோகமித்திரன் ஒரு முறை ஏதோ நிகழ்ச்சிக்காக தி நகர் க்ளப்புக்குச் சென்று, சூப் அருந்த நினைத்து மூன்று முறை முயற்சி செய்தும், அங்கே சூப் எடுத்துக் குடிக்கத் தந்த பீங்கான் ஸ்பூன், விரல்களுக்குப் பிடிபடாமல் வழுக்கி வழுக்கிக் கீழே விழுந்ததை என்னிடம் சொல்லியிருக்கிறார்.

நான் முதல் முதலில் சென்றது அண்ணா சாலையில் உள்ள காஸ்மோபாலிடன் க்ளப்புக்கு. சு. சமுத்திரத்துக்கு சாகித்ய அகடமி விருது கிடைத்ததைக் கொண்டாடுவதற்காக அந்த க்ளப்பில் ஒரு விருந்துக்கு ஏற்பாடு செய்திருந்தார்கள். அமுதசுரபி ஆசிரியர் விக்கிரமனுடன் அந்த நிகழ்ச்சிக்குச் சென்றிருந்தேன். அந்தச் சூழ்நிலையின் ஆடம்பரம் அன்று என்னை மிரள வைத்தது. சரியாகச் சாப்பிடவே முடியவில்லை. பஃபே பழகாத காலம் (இன்று வரை பழகவில்லை என்பது தனி.) என்பதால், இருந்த அனைத்தையும் தட்டில் போட்டுக்கொண்டு, அனைத்தையும் மேலே சிந்திக்கொண்டு, கீழே கொட்டி வாரி, சமுத்திரத்தைப் பாராட்ட வந்தவர்களுக்குத் தனியொரு கலை நிகழ்ச்சி நடத்திக் கொடுத்துவிட்டு வந்தேன்.

பிறகு நெடுங்காலம் கழித்து, லெ மிக்கல் க்ளப்புக்குப் போக 2006 இல் ஒரு வாய்ப்பு கிடைத்தது. அது நான் சீரியல் எழுத ஆரம்பித்திருந்த காலம். ஒரு சீரியல் எழுதி முடித்திருந்தேன். இன்னொன்று தொடங்கியிருந்த சமயத்தில் ஓர் இயக்குநர் கதை சொல்வதற்காக என்னை அங்கே வரச் சொல்லியிருந்தார். புல்வெளி நடுவே வரிசையாகக்

குச்சி நட்டுக் கூரை வேய்ந்திருந்தார்கள். ஒவ்வொரு கூரைக்கும் கீழே ஒரு மேசை, இரண்டு நாற்காலிகள். 'ரெண்டு பீர்' என்று இயக்குநர் ஆர்டர் செய்தார். உடனே, 'ரெண்டும் எனக்குத்தான். உங்களுக்கு என்ன வேணுமோ சொல்லுங்க' என்று சொன்னார். நல்ல வெயில் நேரம் என்பதால் நான் ஒரு ஜூஸ் சொன்னேன்.

ஆர்டர் செய்தவை வந்ததும் இயக்குநர் ஒரே மூச்சில் இரண்டு பீர்களையும் குடித்து முடித்துவிட்டு, ஆரம்பிப்பமா என்று கேட்டார். சிறிதுகூடத் தடுமாற்றம் இல்லாமல், சொற்குழப்பம் இல்லாமல் ஒரு மணி நேரத்தில் ஒரு முழு சீரியல் கதையையும் எனக்குச் சொல்லி முடித்தார். நான் திகைத்துப் போய் அமர்ந்திருந்தேன்.

'என்ன ஒண்ணும் சொல்ல மாட்டேன்றிங்க? கதை எப்படி இருக்கு?'

'அது கிடக்கட்டும் சார். பீருக்குன்னு ஒரு மரியாதை இல்லையா, வரலாறு இல்லையா, கௌரவம் இல்லையா? நீங்க அதை இவ்ளோ அவமானப்படுத்துறது தப்பு சார்.' என்று சொன்னேன்.

என் தலைமுறையில் க்ளப்களைத் தேடிச் செல்வோரை நான் கண்டதில்லை. உல்லாசம் என்றால் பாருக்குப் போவார்கள். தியேட்டர்கள், மால்கள், உணவகங்கள். அவ்வளவுதான். என் நண்பர் கௌதம் மட்டும் (ஜி. கௌதம் என்ற பெயரில் எழுதுவார். சிறந்த பத்திரிகையாளர். விகடன் வளர்ப்பு.) எஸ். வி.எஸ் க்ளப்பின் சந்தாதாரராக இருந்தார் (இப்போது உண்டா என்று தெரியாது.) யாருடனாவது ஏதாவது பேச வேண்டுமென்றால் எஸ்.வி.எஸ்ஸுக்கு வரச் சொல்லிவிடுவார். ஒரே ஒரு முறை ஏதோ ஒரு

கிரிக்கெட் மேட்ச் பார்ப்பதற்காக என்னை அங்கே அழைத்துச் சென்றார்.க்ளப்பில் அமர்ந்து கிரிக்கெட் மேட்ச் பார்ப்பதற்கென்றே ஒரு கூட்டம் வரும் என்று அப்போதுதான் தெரிந்தது.

இப்போதெல்லாம் சந்திப்புகளுக்கு காப்பி ஷாப்புகள் போதுமானவையாக இருக்கின்றன. மணிக் கணக்கில் உட்கார்ந்திருந்தாலும் ஒன்றும் சொல்ல மாட்டார்கள். அசோக் நகர் காஃபி டே காப்பி ஷாப்பில், ஒரே ஒரு காப்பி ஆர்டர் செய்துவிட்டு, நான்கு மணி நேரம் போனில் பேசிக்கொண்டே இருந்த ஓர் இளம் பெண்ணை ஒரு நாள் பார்த்தேன். ஏதோ காதல் விவகாரம் என்று நினைக்கிறேன். அன்றைக்கு நான் ஒரு மூன்று மணி நேர கால்ஷீட்டில் ஒருவரைச் சந்திப்பதற்காக அங்கு சென்றிருந்தேன். எங்கள் சந்திப்பு மேலும் ஒரு மணி நேரம் நீண்டது. அந்த நான்கு மணி நேரமும் அந்தப் பெண் குனிந்த தலை நிமிராமல் யாருடனோ ரகசியமாக போனில் பேசிக்கொண்டேதான் இருந்தாள். 110 ரூபாய் கொடுத்து வாங்கிய காப்பியில் பாதியைக் கூட அவள் குடிக்கவில்லை.

எண்ணிப் பார்த்தால், வாழ்வில் இதுவரை ஒருவரைச் சந்திப்பதன் பொருட்டு இம்மாதிரியான பொது இடங்களுக்கு வரச் சொல்லி நான் அழைத்ததே இல்லை. நான் சென்றதெல்லாம் பிறர் அழைப்பின் பேரில் நடந்ததுதான். வரச் சொல்வதென்றால் என் அலுவலகத்துக்குத்தான் அழைப்பேன். எழுதுவது மட்டுமல்ல. பேசுவதைக் கூட என் கூட்டுக்குள் இருந்து செய்வதுதான் எனக்கு சௌகரியமாக இருக்கிறது.

வகுப்பு அனுபவம்

சமீப காலமாக என்னுடைய எழுத்துப் பயிற்சி வகுப்புகளைக் குறித்து விசாரிக்கும் நண்பர்கள் அனைவரும் தவறாமல் ஒன்றைக் கேட்கிறார்கள். 'இரண்டு மணி நேரம் உங்களால் தடையின்றிப் பேச முடிகிறதா?' இவர்கள் அனைவரும் என் இயல்புகளை மிக நன்றாக அறிந்தவர்கள். குறிப்பாக மைக் முன்னால் பேசுவதில் எனக்குள்ள தயக்கங்களையும் அப்போது ஏற்படும் தடுமாற்றங்களையும் கண்டு களித்தவர்கள்.

சிறு வயதில் பல பேச்சுப் போட்டிகளில் கலந்துகொண்டு வீராவேசமாகப் பேசி, பரிசு வாங்கியிருக்கிறேன். அனைத்தும் என் அப்பா எழுதிக் கொடுத்து, மனப்பாடம் செய்து பேசியவை. வாசிப்பிலும் எழுத்திலும் நாட்டம் வந்த பிறகு வாய் திறந்து பேசுவது அரிதாகிப் போனது. அந்த மாற்றம் உண்மையில் எனக்கே சிறிது அச்சம் அளித்தது. சாதாரணமாக வீட்டில், அலுவலகத்தில், நண்பர்கள் மத்தியில்கூட நான் பேசுவது கணிசமாகக் குறைந்துவிட்டது. இன்றைக்கு வரை எனக்கும்

என் மனைவிக்கும் வீட்டில் வருகிற சண்டைகளின் தொடக்கப் புள்ளி நான் போதிய அளவு பேசுவதில்லை என்பதாகத்தான் இருக்கும். எனக்கே அது தெரியத்தான் செய்கிறது. ஆனாலும் பேச வேண்டியவற்றைப் பேசாதிருப்பதில்லை.

வீட்டிலேயே இந்நிலை என்னும்போது மேடைப் பேச்சு எப்படி முடியும்? யார் கூப்பிட்டாலும் கணப் பொழுதும் யோசிக்காமல் தவிர்த்துவிடுகிறேன். ஒப்புக்கொண்டே ஆக வேண்டும் என்று தோன்றுமானால், சொற்பொழிவு வேண்டாம், கலந்துரையாடலாக அமைத்துக்கொள்ளுங்கள் என்று கேட்டுக்கொள்கிறேன். அதற்கு ஒப்புக்கொள்பவர்களின் நிகழ்ச்சிகளை மட்டுமே ஏற்கிறேன். எழுதுவதில் உள்ள சுதந்தரம், மொழியின் மீது எனக்குள்ள கட்டுப்பாடு, முழு விழிப்புணர்வுடன் ஒவ்வொரு சொல்லையும் தேர்ந்தெடுக்கிற வசதி, பிடிக்காது போனால் உடனே அழித்துவிட்டு மாற்றி எழுதிக்கொள்கிற வாய்ப்பு - இவற்றில் ஒன்றுகூடப் பேச்சில் கிடையாது. அந்தந்தக் கணத்தில் வெளிப்படும் சொற்களே அந்நிகழ்ச்சியின் தலையெழுத்தைத் தீர்மானிக்கும். அது தனிக்கலை. நான் அதில் விற்பன்னன் அல்லன். சராசரி கூட இல்லை. அதற்கும் பல படிகள் கீழே உள்ளவன். இதைச் சில தொலைக்காட்சி கருத்துக் கேட்பு நிகழ்ச்சிகளின்போது தெளிவாகப் புரிந்துகொண்டேன்.

முன்பெல்லாம் எந்த நாட்டில் எங்கே குண்டு வெடித்தாலும், புரட்சி நடந்தாலும், ஆட்சி மாற்றம் ஏற்பட்டாலும் உடனே ஒரு 'பைட்' கேட்பார்கள். செய்தி, அதன் பின்னணி, பாதிப்பு, விளைவு அனைத்தைக் குறித்தும் எனக்கு முழுதாகவே

தெரிந்திருக்கும். அரை மணி உட்கார்ந்தால் ஏன், எதற்கு, எப்படி, எதனால், யாரால் என்று அலசி ஆராய்ந்து அற்புதமாக ஒரு கட்டுரை எழுதிவிட முடியும். ஆனால் அதையே ஐந்து நிமிடங்களுக்குள் பேசும்போது உலகின் நிகரற்ற சொதப்பல் உரையாக அது அமையும். என்னடா ஒரு வல்லுநர் இவ்வளவு மோசமாகப் பேசுகிறாரே என்று ஊர் உலகம் காறித் துப்பியிருக்குமே என்று அன்று இரவெல்லாம் உறக்கம் இல்லாமல் சிரமப்படுவேன்.

வம்பே வேண்டாம் என்று ஒருநாள் அதைத் தலை முழுகினேன். மீடியா அப்போதும் விடாமல் ஒவ்வொரு சம்பவத்துக்கும் போன் செய்துகொண்டேதான் இருந்தது. ஒசாமா பின் லேடன் இறந்த தினத்தை என்னால் மறக்கவே முடியாது. இங்கே உள்ள சன் நியூஸ், நியூஸ் 7, நியூஸ் 18, புதிய தலைமுறை தொடங்கி எண்டிடிவிக்காரர்கள் வரை நாளெல்லாம் கூப்பிட்டுக்கொண்டே இருந்தார்கள். வேண்டுமானால் காசிக்குச் சென்று பின் லேடனுக்குப் பிண்டம் வைத்துவிட்டு வந்துவிடுகிறேன்; ஆளை விடுங்கள் என்று போனை ஸ்விட்ச் ஆஃப் செய்துவிட்டேன்.

அதன் பிறகும் விட்ட குறையாக எப்போதாவது யாராவது ஏதாவது கூட்டத்தில் பேச அழைப்பார்கள். மிகவும் வேண்டியவர்கள் என்றால் தவிர்க்கவும் முடியாது. யோசித்து, அதற்கும் ஒரு வழி கண்டு பிடித்தேன். இனி யாராவது பேசக் கூப்பிட்டால் எழுதி வைத்துப் படித்துவிடுவது. ஒரு சில கூட்டங்களில் அப்படிச் செய்தேன். பிறகு அதுவும் பிடிக்காமல் போய்விட்டது. காரணம், எழுத்து மொழி மைக்கில் பேசுவதற்குக் கண்ணராவியாக இருக்கும். மிக நேரடியாக மனத்துடன் மட்டும் தொடர்பு

கொள்வதற்கு உருவாக்கப்பட்ட ஒரு சாதனத்தைக் காதுகளுக்கும் வழங்குவது என்பது, பெட்ரோல் தீர்ந்து போன டிவிஎஸ் 50ஐ பெடல் செய்து ஓட்டிக்கொண்டு போவதற்குச் சமம். இது கூடாது என்று தோன்றிய ஒரு நாளில் அதை நிறுத்தினேன்.

வகுப்பு தொடங்கும் முன்னர் இவற்றையெல்லாம் எண்ணிப் பாராமல் இல்லை. ஆனால் ஏதோ ஒரு குறிப்பிட்ட பொருள் சார்ந்து படித்து, யோசித்து, மனத்துக்குள் தொகுத்து வைத்துக்கொண்டு பேச வேண்டிய அவசியம் இங்கு இல்லை. நினைவு தெரிந்த நாளாக நான் செய்துகொண்டிருப்பதை மட்டும்தான் சொல்லித்தர முடிவு செய்தேன் என்பதால் அதில் பிரச்னை இராது என்று தோன்றியது. தவிர, பதிப்பாசிரியராகப் பணியாற்றிய காலத்தில் எவ்வளவோ பேருக்கு இதே வகுப்புகளை வகுப்பு என்று சொல்லாமல் நாள் கணக்கில், வாரக் கணக்கில் நடத்தியிருக்கிறேன். ஒரு புத்தகத்துக்கான கருவைத் தீர்மானிப்பதில் தொடங்கி, அதற்கு எப்படி உழைக்க வேண்டும், என்னென்ன படிக்க வேண்டும், எங்கெங்கே தேடலாம், எதை நம்பலாம்-எவற்றை நம்பக்கூடாது, அத்தியாயங்களை எப்படிப் பிரிப்பது, தகவல்களை எப்படி ஒழுங்கு செய்வது, சலிப்பூட்டாமல் அடுக்குவது, மொழிச் செம்மைக்கு என்ன செய்வது, மொழிக் கூர்மைக்கு என்ன செய்வது, க்ளீஷேக்களை எப்படித் தவிர்ப்பது, தனித்தனி அத்தியாயங்களை எப்படித் தொடுத்தால் அது புத்தகமாகும் என்று இண்டு இடுக்கு விடாமல் சொல்லித் தந்திருக்கிறேன். தீவிரமான கட்டுரை எழுத்துக்கு இலக்கணமாக நான் பின்பற்றுவது எட்வர்ட் சயீதின் புத்தகங்களை. நாவல் என்றால் மறு யோசனையே கிடையாது; அசோகமித்திரனை. இவர்களிடம் என்ன பயின்றேனோ அதைத்தான் வகுப்புகளில் சொல்லித் தருகிறேன். இன்னும்

சுருக்கமாகச் சொல்வதெனில், உள்ளுக்குள் எப்போதும் நிகழ்த்திக்கொண்டிருக்கும் உரையாடலைத்தான் வாய் விட்டுச் சொல்கிறேன். இது 'பசிக்குது. சாப்ட உக்காரலாமா?' என்று என் மனைவியிடம் கேட்பதைப் போலவே எளிதானது. பிரத்தியேக முயற்சிகளோ, பயிற்சியோ தேவைப்படவேயில்லை.

இந்த வகுப்புகளைத் தொடக்கம் முதல் என் மனைவிதான் ஒழுங்கு செய்கிறாள். ஒவ்வோர் அணிக்கும் மாணவர்களைச் சேர்ப்பதில் தொடங்கி, வகுப்பு தொடங்கும் தினத்தன்று காலை மாணவர்கள் பட்டியலை எனக்குத் தருவது முதல், ஒவ்வொரு வகுப்பையும் மாடரேட் செய்வது, அடுத்த வகுப்புக்கு லிங்க் அனுப்புவது வரை அனைத்தையும் அவளேதான் பார்த்துக்கொள்கிறாள். என்னை அணு அணுவாக விமரிசிப்பதையே வாழ்வின் தலையாய பணீயாகக் கொண்ட அவளே வகுப்பில் நான் தடையின்றிப் பேசுவதாகவும் நன்றாக உரையாடுவதாகவும் இப்போது சொல்கிறாள். இது அரசாங்கத்தை எதிர்க்கட்சிக்காரர்கள் பாராட்டினால் எப்படி இருக்குமோ அதற்கு நிகரானது.

இந்த வகுப்புகளுக்காகவே வாங்கிய *fifine* மைக்கைப் பார்த்தால் இப்போதெல்லாம் அச்சம் வருவதில்லை. மாறாக என் மேக் புக் ஏரைப் போலவே அதுவும் வாழ்வின் ஓர் அங்கம் ஆகிவிட்டது. *Zoom* வகுப்பு என்பதால் முகம் தெளிவாகத் தெரிவதற்கு ஒரு ரிங் லைட் வாங்கினேன். அதைத்தான் இன்னும் சரியாகப் பொருத்தத் தெரியவில்லை. என் மூக்குக் கண்ணாடியில் விளக்கொளி பட்டு வகுப்பு நேரங்களில் நாலு கண்ணனைப் போலவே காட்சியளிக்கிறேன்.

சிறிது உறக்கம் சிறிது மயக்கம்

இன்று பிப்ரவரி 14. இன்றெல்லாம் ஏராளமான காதல் குறிப்புகள், கவிதைகள், நினைவுச் சிதறல்கள் என்று சமூக வெளி எங்கும் ஊதுபத்திப் புகை போலக் காதல் மிதந்து ஊர்ந்துகொண்டே இருந்தது. தனக்கு வரும் மர்மப் பரிசுகளை மனுஷ்யபுத்திரன் தொடர்ந்து புகைப்படங்களாகவும் குறிப்புகளாகவும் தெரியப்படுத்திக்கொண்டே இருந்தார். தனக்கு யாரும் முத்தம் தரப்போவதில்லை என்று நிச்சயமாகத் தெரிந்தபடியால் மைலாப்பூர் ஜன்னல் கடையில் உருளைக் கிழங்கு பஜ்ஜி சாப்பிட்டுவிட்டுக் கடற்கரைக்குச் சென்று காற்றை முத்தமிட்டு அனுப்பியதாக செந்தூரம் ஜகதீஷ் எழுதியிருந்தார். இவற்றையும் இவை நிகர்த்த பிற குறிப்புகளையும் திகைப்புடனும் ஆர்வத்துடனும் படித்துக்கொண்டிருந்தேன்.

பன்னெடுங்காலமாக என் மனைவி என்னை ஒழுங்கான ஒரு காதல் கவிதையாவது எழுதச் சொல்லி வற்புறுத்திக்கொண்டிருக்கிறார். இன்று வரை என்னால் அது முடிந்ததில்லை. பள்ளி

நாள்களில் சில சந்தக் கவிதைகள் எழுதியிருக்கிறேன். நண்பர்கள் கேட்டதனால். அவை இலக்கணம் வழுவாத விருத்தங்களாக இருந்தபடியாலேயே அந்நண்பர்களின் காதல்கள் ஈடேறவில்லை. ஆனால் அக்கவிதைகளுள் ஒன்றைப் படித்துவிட்டு, நான் காதலில் விழுந்துவிட்டதாக எண்ணி என் வீட்டில் ஒரு சிறு கலவரம் நடந்திருக்கிறது. என்ன காரணத்தாலோ, என்னால் யாரையும் காதலிக்க முடிந்ததில்லை.

ஒரு மனிதனுக்குக் காதல் என்ற உணர்வு எந்தக் கட்டத்திலும் வந்ததில்லை என்று சொன்னால் மிக நிச்சயமாக நீங்கள் நம்பத்தான் மாட்டீர்கள். ஆனால் என்ன செய்ய? நான் அப்படித்தான் இருந்திருக்கிறேன். ஆனால் ரசனை உண்டு. அழகான பெண் என்று குத்து மதிப்பாக யாரையும் மதிப்பிட்டதே இல்லை. என்ன அழகு, எதனால் அழகு, அந்த அழகுக்கு நிகரான அழகு எது, மேம்பட்ட அழகு எது என்று கவனமாக ஆராய்ந்து முடிவுகளை மனத்துக்குள் சேமித்துக் கொள்வேன். தேவைப்படும்போது கதைகளில் அந்த சொரூபத்தைக் கொண்டு வந்து உட்கார வைப்பேன். நடிகைகளின் காதல், நண்பர்களின் காதல், தினத்தந்தி காதல் அனைத்தையும் கவனமாகக் கேட்டும் படித்தும் அறிந்து கொள்வதுண்டு. உலகமே ஒரு முறையாவது அனுபவித்த ஓர் உணர்வு எனக்கு எப்போதும் இல்லாது போனது பற்றிய வியப்பின் ஈரம் என்றுமே உலர்ந்ததில்லை.

இதனால் நான் முற்றும் துறந்தவன் என்று பொருளல்ல. அனைத்துக்கும் ஆசைப்படும் எளிய மனிதன்தான். அதில் சந்தேகமில்லை. ஓர் உணர்வாக, உளக் கிளர்ச்சி தரத்தக்க அனுபவமாகக் காதல் எனக்குத் திரண்டு வந்ததில்லை. பள்ளி தினங்களில் உடன் படித்த சில பெண்கள்

அழகிகள் என்று தோன்றியிருக்கிறது. ஆனால் காதலிக்கத் தோன்றியதில்லை. என் மகள் யுகேஜி படிக்கும்போது, உடன் படிக்கும் ஒரு மாணவனின் காதல் நடவடிக்கைகளைக் குறித்து ஒரு நாள் வீட்டில் வந்து சொன்னாள். ஆச்சரியமாக இருந்தது. அதன் பிறகு பல சமயம் தனது பள்ளித் தோழர்களின் காதல்கள் குறித்தும், காதல் முறிவுகள் குறித்தும், புதிய ஏற்பாடுகள் குறித்தும் சொல்லியிருக்கிறாள். எனக்கேகூட 96, விண்ணைத் தாண்டி வருவாயா, டைட்டானிக் போன்ற காதல் திரைப்படங்களைப் பார்க்கப் பிடித்திருந்தது. 96ஐப் பல முறை திரும்பத் திரும்பப் பார்த்தேன். அபத்தங்களை மீறியும் ஓர் அழகு காதலில் இருக்கத்தான் செய்கிறது. ஆனால் அழகைக் காட்டிலும் அபத்தத்தின் சதவீதமே அதிகம்.

இப்படித் தோன்றவும் ஒரு காரணம் இருந்தாக வேண்டும் அல்லவா? இளம் வயதில் வீட்டுக்குத் தெரியாமல் சில சாமியார்களின் பின்னால் திரிந்திருக்கிறேன். அது காரணமாக இருந்திருக்குமா என்றால், இல்லை. பெண் பித்தர்களான சாமியார்கள் யாரையும் நான் சந்தித்ததில்லை என்றபோதும் எதிர் பாலினம் சார்ந்த ஈர்ப்பைக் கொலை பாதகம் என்று சொல்லக்கூடியவர்கள் யாரும் எனக்கு எதிர்ப்பட்டதில்லை. சொரிமுத்து சித்தர் தொடங்கி தபஸ்யானந்தர் வரை எனது சன்னியாச சிந்தனைகளைப் பெருக்கித் தள்ளிவிட்டு, சம்சாரக் காட்டுக்கு அடித்துத் துரத்துவதில்தான் குறியாக இருந்தார்கள். சன்னியாசத்துக்குப் பொருந்தாதவன் என்று அவர்களும், சம்சாரத்துக்குப் பொருந்தாதவன் என்று குடும்பமும் தீர்ப்பளித்ததில் எனக்கு வியப்பே கிடையாது. ஒரு சிறந்த இரண்டுங்கெட்டானாகத்தான் எப்போதும் இருந்து வந்திருக்கிறேன்.

பிரச்னை அதுவல்ல. சன்னியாசத்தைக் கூட முழு மனத்துடன் என்னால் காதலிக்க முடிந்ததில்லை என்பதை நினைவுகூர்கிறேன். எப்போதும், எக்கணமும் ஓர் அலைபாய்ச்சல் இருக்கிறது. உறங்குவதைக் கூட விழிப்புணர்வுடன் மட்டுமே செய்கிறேன். அறியாமல் செய்த பிழை என்று என் வாழ்வில் எதுவுமே இல்லை. நற்செயல்களைப் போலவே அனைத்துப் பிழைகளையும் தெரிந்தேதான் செய்திருக்கிறேன். இது நானே பொருத்திக்கொண்ட விழிப்புணர்வு என்றுதான் நினைக்கிறேன். எதற்காக இவ்வளவு கவனமாக ஒரு வேலி அமைத்துக்கொண்டேன் என்று தெரியவில்லை. அது என் இயல்பாக இருந்திருக்கிறது. மாபெரும் மனிதக் கூட்டத்துக்கு நடுவிலும் என்னால் தனித்திருக்கத்தான் முடிகிறது. அப்படி இருப்பதுதான் சௌகரியமாக இருக்கிறது.

இந்த விழிப்புணர்வுதான் காதல் உணர்வின் முதல் எதிரி என்று நினைக்கிறேன். ஒரு மகா நிர்வாண நிலைக்குச் சற்றும் குறைந்ததல்ல காதல் வயப்பட்ட மனநிலை. அப்படித்தான் அது இருக்க வேண்டும். இல்லாவிட்டால் உலகமே அதில் சிக்குண்டு கிடக்க விரும்பாது. மெய்ஞ்ஞானம் போல ஏதோ ஒன்றைத் தேடிக் கிடந்த காலத்தில்கூட உச்சத்தைத் தொடும் வழியைத் தெரிந்துகொள்ள விரும்பினேனே தவிர, அங்கே போய்ச் சேரும் வேட்கை இருந்ததாக நினைவில்லை. கேவலம், மூன்று நிமிடங்களுக்கு மேல் தியானத்தில்கூட இருக்க முடிந்ததில்லை. உட்கார்ந்தால்,பளிச்சென்று ஒரு கதைக் கரு தோன்றிவிடும். அதன்பின் மனத்தை எங்கே கொண்டு குவிக்க?

ஒருவேளை இந்தப் பிறப்புக்காக அளந்து அளிக்கப்பட்ட மொத்தக் காதலையும் எழுத்தில்

கொண்டு குவித்துவிட்டேனா என்றால் சத்தியமாக இல்லை. பத்தாண்டுக் காலம் பேய் பிடித்தாற் போல இசையில் மூழ்கிக் கிடந்திருக்கிறேன். பிறகு சில ஆண்டுகள் ரகசிய அரைகுறை ஆன்மிக முயற்சிகள். அதற்கும் பிறகுதான் எழுத வந்தேன். ஆர்வங்களை எல்லாம் காதல் என்று சொல்லிவிட முடியுமா? ஆனால் மொத்த வாழ்வையும் விழிப்புணர்வுடனேயே கடந்திருக்கிறேன். அற்புதங்கள் முதல் அபத்தங்கள் வரை அனைத்தையும் உணர்ச்சி வயப்படாமல் அணுகி வந்திருக்கிறேன். சித்தம் கலங்கி நின்ற தருணம் என்ற ஒன்று வந்ததே இல்லை. என் அப்பா இறந்த அன்று இரவு கூட இரண்டாயிரம் சொற்கள் எழுதிவிட்டுத்தான் படுத்தேன்.

நான் யாரையும் நெருங்கிச் செல்லாததற்கும் என்னை யாரும் நெருங்கி வராததற்கும் இதுதான் காரணமாக இருக்க வேண்டும்.

சிறிது உறக்கமோ, சிறிது மயக்கமோ இல்லாத ஒரு வாழ்வை வீணாகக் கற்பனை செய்து நேர விரயம் செய்யாதீர்கள். இந்த உலகுக்கு நான் ஒருவன் போதும்.

பிராப்தம்

ஆன்மிக விஷயமாக யாராவது என்னவாவது பேசத் தொடங்கினால் நான்கு வரிகளுக்குள் ஞானமடைவது என்கிற விவகாரம் வந்துவிடும். ஆனால் சிறிது யோசித்துப் பார்த்தீர்கள் என்றால், அப்படி என்றால் என்ன என்று யாரும் இதுவரை உடைத்துச் சொன்னதில்லை. சமையல் குறிப்பு எழுதுகிறவர்கள் உப்பு தேவையான அளவு என்று எழுதுவது போலத்தான் இது. ஒரு ஓட்டாஞ்சில்லு தடுக்கி ஞானமடைந்த ஒருவரைக் குறித்து ஒரு ஜென் கதை இருக்கிறது.தடுக்கி விழுந்தால் ரத்தம் வரலாம். ஞானம் எப்படி வரும்? அற்ப மூளைக்கு அது புரியாது.

நமது நாட்டில் ஞானிகளுக்குக் குறைவில்லை. தியானம் செய்து, தவம் இயற்றி ஞானம் பெற்ற பலரைக் குறித்து அறிவோம். அது என்ன ஞானம்? இறைவனைக் காணுதல், தன்னை அறிதல், உலகை உணர்தல், இயற்கையுடன் மனிதனுக்கு உள்ள தொடர்பை அறிதல் என்று என்னவாகச் சொன்னாலும் மேகப் பொதி போலத்தான் எல்லாமே.

ஏதோ இருப்பது போலத் தெரியும். என்ன என்று சரியாகத் தெரியாது. ஒரே பஞ்சடைப்பாக இருக்கும். சட்டென்று ஒரு கேள்வி வரும். இந்த புத்தர், மகாவீரர், ஓஷோ போன்றவர்களும் ஞானமடைந்தவர்களாகச் சொல்லப்படுபவர்கள்தாம். ஞானம் பெற்ற பின்பு அவர்கள் பேசியதன் சாரத்தை எடுத்து சட்டையைக் கழட்டிப் பார்த்தால் அதில் கடவுளுக்கு இடம் இருப்பதில்லை. என்றால், ஞானம் என்பது கடவுள் தொடர்பற்றதா? படித்தால் அடைவது விஞ்ஞானம். என்ன செய்தால் கிடைப்பது மெய்ஞானம்? உண்மையில் மெய்யான ஞானம் என்பதுதான் என்ன?

தீராக் குழப்பம். நான் அஞ்ஞானி என்பதில் எனக்குச சந்தேகமில்லை. தெரிய வேண்டியது, நிஜ ஞானம் பெற என்ன வழி? குரு முகமாகப் பெறுவது, தவத்தின் மூலம் அடைவது என்று திரும்பவும் ஜாங்கிரி பிழியத் தொடங்கிவிடுதல் தகாது. கடவுள் உள்பட எப்பேர்ப்பட்ட பேருண்மையையும் - அது உண்மையாக உள்ள பட்சத்தில் - விளக்கிவிட முடியும் என்பது என் அசைக்க முடியாத நம்பிக்கை. முடியாது என்றால் அது நமது போதாமை. அவ்வளவுதான்.

இந்த எண்ணத்துடன்தான் ஒவ்வொரு ஞானியின் போதனைகளையும் எழுத்தையும் அணுகுவேன். இந்த எண்ணமே தவறு என்பதால்தான் நமக்கு இன்னும் எதுவும் புரியாதிருக்கிறதோ என்றும் தோன்றும். ஆனால் இல்லை.

இந்த ஞானமடைதல் விவகாரத்தில் ஓரளவு புரிந்து கொள்ளக்கூடிய விதமாக ஒருவர் விளக்கியிருக்கிறார். ஏனோ அது பரவலாகவில்லை. அவர் பெயர் பரமஹம்ஸ ஓம்கார சுவாமிகள்.

கோடம்பாக்கத்தில்எனது அலுவலகம் உள்ளபகுதிக்கு சாமியார் மடம் என்று பெயர். அது இவருடைய மடம்தான்.அந்தப் பெயரில் ஒரு பேருந்து நிறுத்தமும் உள்ளது என்பதால் பெயரளவில் அவ்விடம் பிரபலமே. தவிர, தினமும் மதியம் அன்னதானம் நடக்கும் என்பதால் பிராந்தியத்தில் வசிக்கும் ஏழை எளியவர்கள் அங்கே வந்து கூடுவார்கள். அவர்களது தேடல் பசி சார்ந்து இருக்கும். மடத்தில் கிடைக்கும் உணவு அவர்களுக்கு பிரம்மத்தைக் காட்டித் தரும். அவ்வளவுதான்.

ஆனால் இந்த சுவாமிகள் மிகத் தீவிரமான, ஆழ அபாயங்கள் மிகுந்த விவகாரங்களை நம்ப முடியாத அளவுக்கு எளிமையாக விளக்கியிருக்கிறார்.

1921ம் ஆண்டு திருத்தணிக்கு அருகே தும்மலசெருவு கண்டிரிகா என்னும் கிராமத்தில், அஸ்தி வெங்கட ராஜு - சுப்பம்மா தம்பதிக்கு இரண்டாவது மகனாகப் பிறந்த இவரது இயற்பெயர் செல்ல ராஜு. கல்லூரிப் படிப்பு வரை அந்நாளில் படித்திருக்கிறார். அரசு உத்தியோகஸ்தரும்கூட. ஏதோ ஒரு கட்டத்தில் அனைத்தையும் விடுத்து, ஆத்ம விசாரத்தில் ஈடுபட ஆரம்பித்திருக்கிறார். ரேணிகுண்டா ரயில் நிலையத்தில் சண்முகானந்தா என்கிற துறவியை அவர் சந்திக்க நேர்ந்தது தற்செயலாக இருக்க முடியாது. விதித்திருந்தது. அது வரை எப்போதும் ராமநாம ஜபம் செய்துகொண்டிருந்த செல்ல ராஜு, சண்முகானந்தாவின் தொடர்பும் மந்திரோபதேசமும் கிடைத்த பின்பு 'ஓம் ராம' என்று ஜபிக்க ஆரம்பித்தார். ராம ஜபத்துடன் ஓம் சேர்த்துச் செய்வோர் இன்று யாரும் இல்லை என்று நினைக்கிறேன். அவர் அப்படித்தான் செய்திருக்கிறார்.

உத்தியோக நிமித்தம் சென்னைக்கு வந்தவர், இடையர்பாளையம், திருவொற்றியூர், ஆவடி, கோடம்பாக்கம் போன்ற பகுதிகளில் வசித்திருக்கிறார். ஏதோ ஒரு நாள் நிர்விகல்ப சமாதி கைகூடியிருக்கிறது. ராமர் காட்சியளித்திருக்கிறார். தமது மகா சமாதி தினத்தை மூன்றாண்டுகளுக்கு முன்பே அறிந்து அதற்கு அரசிடம் முறைப்படி அனுமதியும் பெற்றிருக்கிறார். (1967ம் ஆண்டு ஜனவரி 11ம் தேதி. அப்போது தமிழ் நாட்டின் முதலமைச்சர், பக்தவச்சலம்.) தமது சீடர் ஜோதியுடன் ஐக்கியம் அடையும் நிகழ்ச்சியை, குருநாதரான சண்முகானந்த சுவாமிகளே முன்னின்று நடத்தி வைத்ததாக ஓம்கார சுவாமிகளின் வரலாறு கூறுகிறது. நமக்கு மிகச் சமீப காலத்தில் நடந்த சம்பவம்தான். ஏனோ இது பரவலாகத் தெரியவேயில்லை.

ஓம்கார சுவாமிகள் ஜோதியில் ஐக்கியமான இடம்தான் இன்று சாமியார் மடம் என்று அழைக்கப்படுகிறது. 1949ம் ஆண்டு அவர் அந்த இடத்தில்தான் தமது ஞானோதய மன்றம் என்ற அமைப்பைத் தொடங்கியிருக்கிறார். தமிழ் ஆங்கிலம், சமஸ்கிருதம் உள்பட நிறைய மொழிகள் அறிந்தவர். பல புத்தகங்கள் எழுதியிருக்கிறார்.

ஞானமடைவதற்கான வழிகளை விளக்கி அவர் வகுத்துக்கொடுத்தவற்றைத் தொகுத்து யோசித்தால் எளிமையாகப் புரிகிறது. கவனம். புரியத்தான் எளிமை. கடைப்பிடிப்பது அல்ல. புரியும்போதே அதுவும் சேர்த்துத் தெரிந்துவிடுகிறது.

என்ன செய்ய வேண்டும்?

முதலாவது, சுய நினைவுடன் வாழ்க்கையை வாழ வேண்டும். அதாவது எதையும் விழிப்புணர்வுடன்

செய்வது. இரண்டாவது, இன்னொருத்தர் வழியைப் பின்பற்றுவதைக் காட்டிலும் ஜபத்தின்போதும் தியானத்தின்போதும் நமக்குள்ளே இருந்து என்ன தோன்றுகிறதோ, அதைப் பின்பற்றுவது பலன் தரும். பரிசுத்தமான மனம் என்பதை மூன்றாவது கட்டளையாக வைக்கிறார். அது எப்படிக் கைகூடும் என்றால் பிறரை எக்காரணம் கொண்டும் நிந்திக்கக்கூடாது. உண்மை, அன்பு, கருணை, சாந்தம், ஜீவகாருண்யம். இவற்றை எப்போதும் பின்பற்றுவதன் மூலம் முன்சொன்ன பரிசுத்தத்துக்குப் பக்கத்தில் போகலாம். கடவுள் வெளியே இல்லை என்பதைக் கவனத்தில் கொள்வது. அனைத்து உயிர்களையும் இறைவனாகப் பார்ப்பது. அல்லது அனைத்திலும் இறைவனைப் பார்ப்பது. எப்போதும் ஓம்கார சிந்தனை. கூடியவரை மௌனம். கூடிய வரை சாத்விக உணவு. முடிந்த போதெல்லாம் உண்ணா விரதம்.

பக்தி -> ஜபம் -> தாரணம் -> தியானம் -> சமாதி என்பதே ஞானத்தை அடையும் நேர்வழி மற்றும் ஒரே வழி. இதற்கு சத்தியம், அன்பு, ஜீவகாருண்யம், தன்னலமற்ற சேவை, சாந்தம் என்பவற்றை அடிப்படை தருமங்களாகக் கொள்ள வேண்டும். இதைச் சரியாகச் செய்ய வேண்டுமென்றால் ஐந்து நியமங்களைக் கடைப்பிடிக்க வேண்டும். அவை,சாத்வீகமான உணவை மட்டுமே உண்ணுதல். பெரும்பாலும் மௌனமாக இருத்தல். அடிக்கடி உண்ணாவிரதம். எப்போதும் ஏகாந்தம். மிகவும் முக்கியமானது, வைராக்கியம்.

வைராக்கியம் என்றால் என்ன என்றும் விளக்கம் சொல்லி விடுகிறார். சுவை, ஒளி, ஸ்பரிசம், வாசனை இவற்றை முற்றிலுமாகக் கட்டுக்குள் வைத்தல். எதற்கும் அடிமையாகி விடாமல் இருப்பது.

இவ்வளவிலும் சரியாக இருந்துவிட்டால் ஞானமடைய நாம் தயார். ஆத்ம விசாரணை, குரு அருள், வைராக்கியம் இவற்றை 'நிபந்தனைகள்' என்றே சொல்கிற சுவாமிகள் இறுதியாக ஒரு முத்திரை பதிக்கிறார். ஞானமடைய பிராப்தம் வேண்டும்!

சாமியார் மடத்தில் எனக்குப் பல முறை பிரசாதம் கிடைத்திருக்கிறது. ஆனால் இந்தப் பிராப்தம்தான் இன்னும் கிடைத்தபாடில்லை.

மறந்தவை

என்னுடைய நினைவுத் திறன் மிக அதிகம். மிகச் சிறிய வயதுகளில் நடந்த சிறிய சம்பவங்கள்கூட நினைவிருக்கின்றன. தொடக்கப் பள்ளி, உயர் நிலைப் பள்ளி நாள்களில் கலந்துகொண்ட திருமண நிகழ்ச்சிகள், அச்சந்தர்ப்பங்களில் நான் அணிந்திருந்த உடைகளின் நிறம் வரை இன்னும் மறக்கவில்லை. ஒழுங்காகப் படித்துக்கொண்டிருந்த காலத்தில் மனனம் செய்த பாடப் பகுதிகள், செய்யுள்கள் அனைத்தும் நினைவில் இருக்கின்றன. கேளம்பாக்கம் அரசினர் உயர்நிலைப் பள்ளியில் படித்துக்கொண்டிருந்த காலத்தில் அங்கே எங்கள் பேட்சில் முதல் முதலில் 'வயசுக்கு வந்த'பெண்ணையும் அதனை ஒட்டிப் பள்ளியில் நண்பர்கள் இடையே நிகழ்ந்த உரையாடல்களையும் சொல் மாறாமல் நினைவில் வைத்திருக்கிறேன். பத்தாம் வகுப்புத் தேர்வுகள் எழுதி முடித்த பின்னர் விடுமுறை நாள்களில் படித்த பல நாவல்கள் நினைவிருக்கின்றன. அம்மா வந்தாள், ஜேஜே சில குறிப்புகள், கண்ணதாசன், ஜெயகாந்தனின் ஒரு பக்கக்

கட்டுரைகளை எல்லாம் காற்புள்ளி, அரைப்புள்ளி மாற்றாமல் இப்போதும் ஒப்பிக்க முடியும்.

ஆனால் இந்தத் திறன் ஏதோ ஒரு கட்டத்தில் மெல்ல மறைய ஆரம்பித்தது. இப்போதெல்லாம் முட்டிக் கொண்டாலும் எதுவும் நினைவில் இருப்பதில்லை. ஒரு நாள் என் மகள் சொல்லியே காட்டிவிட்டாள். கேவலம், அவளுடைய தொலைபேசி எண்ணைக் கூட என்னால் நினைவில் கொள்ள முடிவதில்லை. முன்பெல்லாம் நூற்றுக் கணக்கான தொலைபேசி எண்கள் நினைவில் இருந்தன. அனைத்தும் மறந்து போய் இப்போது என் மனைவியின் எண், ஆர்.வெங்கடேஷின் எண், பத்ரியின் எண் என மூன்று மட்டுமே மறக்காதிருக்கின்றன. (இதில் என் மனைவியைத் தவிர மற்ற இருவரையும் ஆண்டுக்கொரு முறை அழைத்தாலே அபூர்வம்.)

என் வண்டியின் பதிவு எண்ணை என்னால் ஒருமுறை கூடச் சரியாக நினைவுகூர முடிந்ததில்லை. அதே போலத்தான் வங்கிக் கணக்கு எண், ஆதார் எண் போன்றவையும். சரி. தொழில்நுட்பம் கைகொடுக்கிறது. எதையும் நினைவில் கொள்ள அவசியமில்லைதான். எண்களாக இருக்கும் பட்சத்தில். என் கவலை அதுவல்ல. எண்களே நினைவில் இருக்க மறுக்கும்போது வேறு என்ன இருக்கும்?

சிறு வயதில் ஆழ்வார் பாசுரங்களைப் பாடுபட்டுப் படித்து சுமார் ஆயிரம் பாடல்கள் வரை மனனம் செய்திருந்தேன். கம்ப ராமாயணத்தில் சுமார் நூறு, நூற்றைம்பது பாடல்கள் ஒப்பிக்கும் அளவுக்குத் தெரியும். வள்ளலார் மீது பற்று உண்டாகி அவரைப் படிக்க ஆரம்பித்தபோது சிரமமே இல்லாமல் என்ன

படித்தாலும் அப்படியே மனத்தில் தங்கிவிடும். சித்தர் பாடல்கள், சிலப்பதிகாரத்தில் கொஞ்சம், வேர்ட்ஸ்வொர்த்தின் கவிதைகள் சில, சாமிநாத சர்மாவின் கார்ல் மார்க்ஸ், கிரீஸ் வாழ்ந்த வரலாறு, திரு. வி.கவின் சில கட்டுரைகள், பாரதியார் கவிதைகள், குறைந்தது 300-400 திருக்குறள் எல்லாம் எக்கணத்தில், எங்கே சுட்டிக் கேட்டாலும் தடுமாற்றமின்றி உடனே சொல்லும் தரத்தில் இருந்தேன்.அனைத்துமே தொலைந்து போய்விட்டன.

மிகச் சிறு வயதுகளில் என் அப்பா ஒருமுறை சொன்னார். அர்த்தம் புரியாதது பற்றிக் கவலை வேண்டாம். இப்போது மனப்பாடம் செய்துகொண்டு விட்டால் பிறகு அர்த்தம் புரியும் வயதில் எளிதாக நினைவுகூர்ந்து விளங்கிக்கொண்டு விடலாம். அதைக் கருத்தில் கொண்டுதான் அவ்வளவையும் படித்து வைத்தேன். எல்லாம் வீண். உண்மையிலேயே, எங்கே போனதென்று தெரியவில்லை.

இப்போது எதைப் படித்தாலும் அர்த்தம் புரியாத பிரச்னை இல்லை. எல்லாமே புரிகிறது. ஆனால் எதுவும் நினைவில் இருப்பதில்லை. லேப்டாப்பில், போனில் அவ்வப்போது படிப்பதை நோட்ஸ் எடுத்து வைக்கிறேன். போதாக் குறைக்கு, கையில் எப்போதும் வைத்திருக்கும் குறிப்பேடுகளில் எழுதியும் வைக்கிறேன். ஒருமுறை கை வைத்து எழுதிப் பார்த்துவிட்டால் உயிர் போகும் வரை மறக்காது என்று எல்லோரிடமும் சொல்வது வழக்கம். என் விஷயத்தில் அதுவும் உண்மையில்லை என்றாகிவிட்டது. எழுதிப் பார்ப்பதும் மறந்துதான் போகிறது.

ஞாபக மறதி ஒரு வியாதியாகப் பரிமாணம் பெற்று விட்டதாக என்னால் நினைக்க முடிவதில்லை. என்

முயற்சியின் ஏதோ ஓர் இடுக்கில் ஒரு சிக்கல் உள்ளது என்றுதான் தோன்றுகிறது. யாராவது போனில் கூப்பிட்டு எடுக்க முடியாத சந்தர்ப்பமாக இருந்தால், பிறகு அழைக்க வேண்டும் என்று எண்ணிக் கொள்வேன். தவறாமல் மறந்துவிடுகிறேன். ஏதாவது மீட்டிங், கதை விவாதத்தில் இருக்கும்போது எறும்பு கடித்தாற்போல ஏதாவது ஒரு யோசனை வரும். அநேகமாகச் சிறுகதை யோசனையாக இருக்கும். அல்லது ஒரு ஃபேஸ்புக் ஸ்டேடஸுக்கான கரு. குறிப்பிட்ட மீட்டிங் அல்லது விவாதம் முடியும் வரை அதை வைத்துக்கொண்டு தவிப்பேன். புத்தி இரண்டிலும் நிற்காமல் ஊசலாடும். முடிந்ததும் பரபரவென நோட்டுப் புத்தகத்தைத் திறந்து குறித்துக்கொள்ளப் பார்த்தால், பளிச்சென்று மறந்துவிடும். ஒரு முறை இருமுறையல்ல. இப்படிப் பல சமயங்களில் ஆகியிருக்கிறது.

ஆனால் கதவைப் பூட்டினோமா, விளக்கை அணைத்தோமா என்பது போன்ற சந்தேகங்கள் கிடையாது. நான்கு பொருள்கள் வாங்கும் திட்டத்துடன் கடைக்குச் சென்றால் ஒன்றை மறந்துவிடுவது நடக்கிறது. ஆனால் ஒன்றாம் வகுப்பில் உடன் படித்த மாணவர்கள் சிலரது முகங்கள் இப்போதும் நினைவில் இருக்கின்றன. அடுத்த மாதம் செய்ய வேண்டிய பணிகள் குறித்த பட்டியலைப் பிசகின்றி நினைவுகூர முடிகிறது. நாளைக் காலை செய்ய நினைத்திருந்த வேலை மறந்துவிடுகிறது.

இப்படிப் பொத்தாம் பொதுவாக மனத்தில் உள்ளவற்றில் ஒரு பகுதி உதிர்ந்து காணாமல் போவதற்கு பதில் கசடுகளை மட்டும் பிரித்து, பெருக்கித் தள்ள ஒரு சக்தி இருந்தால் எவ்வளவோ நன்றாக இருக்கும். எங்கே முடிகிறது?

இந்தக் கட்டுரையையே ஓர் உலகத் தரமான இறுதி வரி தோன்றியதால்தான் - செய்துகொண்டிருந்த வேலையை அப்படியே விட்டுவிட்டு - எழுத ஆரம்பித்தேன். இப்போது அந்த இறுதி வரி மறந்துவிட்டது.

சில காதல்களின் கதை

அந்தப் பெண்ணுக்கு என்று ஆரம்பிப்பது அபத்தம். அந்தச் சிறுமிக்கு மிஞ்சிப் போனால் பதிமூன்று வயது. எட்டாம் வகுப்பு படித்துக்கொண்டிருக்கிறாள். வீடு, வீட்டை விட்டால் பள்ளிக் கூடம், மீண்டும் மாலை வீடு. ஓய்வுக்கு இணையம். ஒப்புக்குத் தோழிகள். எல்லா சராசரி எட்டாம் வகுப்பு மாணவிகளையும் போலத்தான் அவளும் இருந்தாள். அல்லது அப்படி எல்லோரும் நினைத்துக்கொண்டிருந்தார்கள்.

திடீரென்று ஒரு நாள் பள்ளிக்கூடத்தில் இருந்து கிளம்பியவள் வீடு வந்து சேரவில்லை. எனவே, பெற்றோர் தேடிக்கொண்டு கிளம்பினார்கள். பள்ளியில் இருந்து அவள் கிளம்பி வெளியே சென்ற காட்சிக்கு ஒளிப்பட சாட்சி இருந்தது. ஆனால் வெளியேறிய சிறுமி எங்கே சென்றாள்?

கவலைகள். கலவரம். அச்சம். தோழிகளிடம் விசாரிப்பு. அவளறிந்த, அவளைஅறிந்த ஒவ்வொருவர் வீட்டுக்கும் சென்று விசாரணை. காவல் நிலையத்தில்

ஒரு புகார் மனு. வேறென்ன செய்ய முடியும்? இரண்டு வருடங்களாக வீட்டில் முடங்கிக் கிடந்த சிறுமி. மீண்டும் பள்ளிக்கூடங்கள் திறக்கப்பட்ட பிறகு மகிழ்ச்சியுடன் போய் வந்துகொண்டிருக்கிறாள். சட்டென்று ஒரு நாள் இப்படி ஆகிவிட்டதென்றால் என்ன பொருள்?

பிள்ளை பிடிக்கிறவர்கள் சென்னையில் இருக்கிறார்களா? தெரியாது. கடத்திக்கொண்டு சென்று பணம் கேட்டு மிரட்டப் போகிறார்களா? தெரியாது. வேறு விதமான அசம்பாவிதங்களுக்கும் சாத்தியம் இல்லாமல் இல்லை. காலம் கலிகாலம். எதுவும் நடக்கும். எப்போதும் நடக்கலாம். ஆண்டவா, தவறாக ஏதும் ஆகிவிடாமல் நீ பார்த்துக்கொள்.

கண்ணீரிலும் கலவர உணர்விலும் இரண்டு நாள்கள் கழிந்த பிறகு காவல் துறை அந்தப் பெண்ணை அழைத்துக்கொண்டு வந்து பெற்றோரிடம் ஒப்படைத்துவிடுகிறார்கள். உடன் படிக்காத யாரோ ஒருவனுடன் ஓடிப் போகப் பார்த்திருக்கிறாள். இனி தாயே, உங்கள் சமர்த்து.

பிறகு தெரிய வந்தது, அவள் வீட்டில் இருந்து பணம் துணி மணி முதல் சகல ஆயத்தங்களுடன்தான் கிளம்பிச் சென்றிருக்கிறாள் என்பது.

அதே பள்ளியில் வேறு வகுப்பில் படிக்கிற என் மகள் மூலமாக இந்தத் தகவல் வந்த போது முதலில் அதிர்ச்சியாக இருந்தது. அந்தச் சிறுமியின் பெற்றோருக்கு வந்திருக்கக்கூடிய அதே அதிர்ச்சிதான். அதே கலவர உணர்ச்சி. அதே அச்சம். 96 படம் வெளிவந்தபோது நான் அவ்வளவு ரசித்துப் பார்த்தது தவறோ என்று சம்பந்தமில்லாமல் தோன்றியது. உடனே இன்னொன்றும் தோன்றியது.

96 ஜானு ஒரு கெட்டிக்காரி. ஒழுங்காகப் படித்தாள். பொழுதுபோக்குக்குக் காதலித்தாள். பிறகு தந்தை பார்த்து வைத்த சிங்கப்பூர்க்காரனை மணந்துகொண்டு, தன்னைப் போலவே அழகாக ஒரு பெண் குழந்தையைப் பெற்று, புருஷன் பாதுகாப்பில் விட்டுவிட்டுத்தான் இங்கே திரும்பி வந்து உருப்படாத ராமை உசுப்பேற்றிவிட்டுப் போனாள். ராம்கள் தத்தியாக இருந்தாலும், ஜானுவின் தலைமுறை சரியாகத்தான் இருந்திருக்கிறது. பிறகு வந்ததில்தான் ஏதோ பிசகு.

இந்தச் சம்பவத்துக்குச் சற்றேறக் குறைய முப்பத்தைந்து வருடங்களுக்கு முன்னர் ஒரு சம்பவம் நடந்தது. அந்தப் பையன் அப்போது எட்டாம் வகுப்பல்ல. பத்தாம் வகுப்பில் இருந்தான். உடன் படிக்கும் ஒரு பெண்ணின் மீது காதல் வந்துவிட்டது. அது வராமல் என்ன செய்யும்? பிறகு வயதுக்கு என்ன மரியாதை? ஆனால் அதே வகுப்பில் அப்போது படித்துக்கொண்டிருந்த எனக்கும் இதர மாணவர்களுக்கும் அது வியப்புக்கும் கிளுகிளுப்புக்கும் உரிய ஒரு சம்பவம். சரியாகச் சொல்வதென்றால், சரித்திரம். நான் ஒரு காதல் சரித்திரத்தின் சாட்சியாகிறேன் அல்லவா? எவ்வளவு பேருக்கு இதெல்லாம் வாய்க்கும்?

அவன் எனக்கு நண்பனும்கூட. 'டேய், என் ஆளுக்கு தர்ற மாதிரி ஒரு கவிதை எழுதிக் குடேன்?' என்று கேட்டான்.

பொதுவாகக் கலைஞர்களுக்கு வருவதாகச் சொல்லப்படும் காதலெல்லாம் மாய யதார்த்த வகையறாவைச் சேர்ந்தது. ஓரிரு விதி விலக்குகள் இருக்கலாம். பெரும்பாலும் கற்பனைக் காதல்தான்.

ஆனால் காதல் சார்ந்த இம்மாதிரி காண்டிராக்ட் வேலைகள் அவசியம் வரும். அந்த வயதில் என்னைப் பொருட்படுத்தி ஆனந்த விகடனா கவிதை கேட்கும்? நண்பன் தான் கேட்பான். எனவே என்னுடைய அதிக பட்சத் திறமையைத் திணித்து, காதல் ரசம் சொட்டும் அறுசீர் விருத்தம் ஒன்றினை அவனுக்கு எழுதிக் கொடுத்தேன். இதிலிருந்தே உங்களுக்குப் புரிந்திருக்க வேண்டும்.விருத்தத்தில் காதல் கடிதம் எழுதித் தருபவன் வாழ்வில் எந்தப் பெண்ணும் தற்செயலாகக் கூட எதிர்ப்பட மாட்டாள்.

ஆனால் மேற்சொன்ன நண்பனானவன் நான் எழுதிக் கொடுத்ததை அழகாகத் தன் கையெழுத்தில் பிரதி எடுத்து அவளுக்குக் கொடுத்துவிட்டான். அவளுக்கு அது பிடித்ததா, இல்லையா என்று எனக்குத் தெரியாது. ஆனால் அவனுக்குத் தருவதற்காக நான் எழுதி வைத்த நோட்டுப் புத்தகத்தை என் வீட்டில் எடுத்துப் பார்த்துவிட்டார்கள்.படிக்கிற வயதில் காதலா? யார் மீது காதல்? எவ்வளவு நாளாக இது நடக்கிறது? குடும்பப் பெயரைக் கெடுக்க வந்த குலக் கேடே, இதெல்லாம் சரியில்லை. விட்டுத் தொலை.

அறிவுரைகளும் நீதி போதனைகளும். ஆ, அவற்றுக்குத்தான் எத்தனை ஆயிரம் கோரப் பற்கள் நீட்டிக்கொண்டு நிற்கின்றன. மொத்தமாகக் கடித்துத் தின்றுவிட்டால் பிரச்னை இல்லை. ஆனால் குதறி, ரத்தக் களறியாக்கிவிட்டுக் காணாமல் போய்விடும் காட்டேரி இனத்தைச் சேர்ந்தவை அவை. அன்றைக்கு என் துயரமெல்லாம் அந்த அறிவுரைகளும் போதனைகளும் அல்ல. அவற்றுக்குப் பொருந்தக் கூடிய ஒரு உண்மைக் காதலை என்னப்பன் எனக்கு ஏன் தராமல் போய்விட்டான் என்பதுதான். பின்னொரு நாள் நான் கவிதை எழுதிக் கொடுத்த

நண்பனிடம் அந்தச் சோகக் கதையைச் சொன்னபோது சுவாரசியமின்றிக் கேட்டுக்கொண்டான். பிறகு, 'அவ என் லவ்வ அக்செப்ட் பண்ணிட்டாடா. ஆனா அந்தக் கவிதை நல்லால்லன்னு சொல்லிட்டா' என்று சொன்னான்.

அந்தச்சம்பவத்துக்குப் பன்னிரண்டு வருடங்களுக்குப் பின்பு அவனை மீண்டும் சந்தித்தேன். பழைய காதலை நினைவூட்டியபோது, புன்னகை செய்தான். அந்த வகுப்புடன் அதெல்லாம் முடிவடைந்து விட்டதாகச் சொன்னான். தற்போது தனக்குத் திருமணமாகிவிட்டதாகவும் மனைவியைத் தனது உறவுக்காரர் யாரோ தேடிக் கொடுத்ததாகவும் தெரிவித்தான்.

'மறந்தே போயிடுச்சா அந்த டென்த் ஸ்டாண்டர்ட் லவ்வெல்லாம்?'

'மறக்க முடியுமா? அப்பப்ப நினைச்சிப்பேன். ஆனா, அவ்ளதான்.'

அதே பத்தாம் வகுப்பில் என் மகள் படித்துக் கொண்டிருந்த காலத்தில் உடன் படிக்கும் பலரது காதல்களை என்னிடம் அழகாக விவரித்திருக்கிறாள். மாதம் ஒரு பெண்ணைக் காதலிப்பவனைப் பற்றி. ஒரே சமயத்தில் இரண்டு பெண்களிடம் ப்ரப்போஸ் செய்திருப்பவனைப் பற்றி. கோரிக்கைகளை நிராகரிக்கும் பெண்களைப் பற்றி. ஏற்றுக்கொண்டு ரோஜாப்பூ வாங்கிக்கொள்ளும் பெண்களைப் பற்றி. காதலர் தினத்தன்று பள்ளிக்கு வெளியே நடைபெறும் ரகசியக் கலை நிகழ்ச்சி சந்திப்புகள் பற்றி. டேட் போகிறவர்களைப் பற்றி.

எந்தக் காதலாவது மாணவர்களைத் தாண்டி ஆசிரியர்களுக்கோ, பெற்றோருக்கோ தெரிய வந்திருக்கிறதா என்று கேட்பேன். ஒன்றிரண்டு அப்படியும் ஆகியிருக்கிறது. ஆனால் நண்பனுக்குக் கவிதை எழுதிக் கொடுத்த பாவத்துக்கு நான் வீட்டில் வாங்கிக் கட்டிக்கொண்ட அளவுக்கெல்லாம் எதுவும் கொழுந்துவிட்டு எரிந்ததாகத் தெரியவில்லை. 'படிச்சி முடிச்சிட்டு லவ் பண்ணிக்கலாம்னு அவங்களே ப்ரேக்கப் பண்ணிப்பாங்கப்பா. அவ்ளதான்' என்று சொல்வாள். படிக்கும்போதே பல காதல்களும் பல ப்ரேக்கப்களும்கூட நடந்திருக்கின்றன. ஒரேவகுப்பில் இரண்டு ப்ரேக்கப்களும் ஒரு புதிய காதலுமாக மகிழ்ச்சியுடன் வாழ்கிற ஒரு மாணவியைக் குறித்தும் ஒரு நாள் சொல்லியிருக்கிறாள்.

'உனக்கு யாராவது ப்ரப்போஸ் பண்ணியிருக் காங்களாடா கண்ணு?'

'ம்ஹூம். இது வரைக்கும் இல்ல.'

'நீ யாருக்காவது பண்ணியிருக்கியா? இல்ல, பண்ணணும்னு தோணியிருக்கா?'

'ப்ச். இன்னும் தோணினதில்ல.'

'லவ் பண்ணா தப்பில்ல. நானோ அம்மாவோ ஒண்ணும் சொல்ல மாட்டோம். அந்தக் கவலை உனக்கு வேணாம், சரியா?'

'வந்தா பாத்துக்கலாம்.' என்று சொல்லிவிட்டுப் போய்விட்டாள்.

வாழ்க்கையை உணர்வுபூர்வமாக அணுகாதிருப்பது நவீன உலகில் ஒரு வகையில் பாதுகாப்பானது. இந்தப் பாதுகாப்புணர்வு இந்தத் தலைமுறைக்கு எப்படியோ

மிக எளிதாகக் கைகூடியிருக்கிறது. இருந்தால் சரி.இல்லாவிட்டாலும் சரி. வந்தால் வரட்டும். போனால் போகட்டும். இது இல்லாவிட்டால் இன்னொன்று. அது இல்லாவிட்டால் வேறொன்று. எதுவுமே இல்லாவிட்டாலும் எனக்குப் பிரச்னை இல்லை. செய்வதற்கு ஆயிரம் வேலை இருக்கிறது. பார்ப்பதற்கு நூறு வெப் சீரிஸ். பேசிக் களிக்கக் கணக்கற்ற சங்கதிகள். எதுவுமே இல்லாவிட்டாலும் இருக்கவே இருக்கிறது இன்ஸ்டாக்ராமும் வாட்சப் ஸ்டேடஸ்களும். தவிரவும் படிப்பு மற்றும் தேர்வுகள்.

இது பற்றுக பற்றற்றான் பற்றினை வகையறா இல்லை. அதற்குப் பக்கத்து காம்பவுண்ட். பற்றில்லாமல் இல்லை.ஆனால் பற்றிக்கொண்டு எரிகிற அளவுக்கு எதிலும் ஒன்றுமில்லை. இடைவெளியே இல்லாமல் இந்தத் தலைமுறையுடன் எளிதாக ஒன்றிவிட முடியும். அதற்கு நீங்கள் ஊம் சொல்றியா மாமாவுக்கு உள்ளர்த்தம் தேடிக்கொண்டிருக்காமல் ரசிக்கக் கற்க வேண்டும்.

ஐம்பது

ஒவ்வொரு நாளும் வாழ்ந்து, உறங்கி, எழுவதையே ஒரு சாதனையாக எண்ண வைத்திருக்கும் காலத்தில் வயது ஏறுவதெல்லாம் ஒரு பெருமையா. ஆனால் ஐம்பதைத் தொடும்போது சிறிது நிறுத்தி மூச்சு விட்டுக்கொண்டு திரும்பிப் பார்க்கலாம்; தவறில்லை. இவ்வளவு நீண்ட வருடங்களில் இதுவரை என்ன செய்ய முடிந்திருக்கிறது?

எழுதத் தொடங்கிய ஆரம்ப நாள்களில் அடிக்கடித் தோன்றும். நான் அதுநாள் வரை ஆட்டத்துக்கு வராததால்தான் யார் யாருக்கோ நோபல் பரிசு கொடுத்துக்கொண்டிருக்கிறார்கள். நகைச்சுவையல்ல. உண்மையிலேயே அப்படித்தான் நினைத்திருக்கிறேன். அறியாமையின் அழகிய புனிதம். அது கலைந்தபோது நடந்த உளக் கலவரம் இன்னும் நினைவிருக்கிறது. அதில் நான் தப்பிப் பிழைத்தது ஆச்சரியம். இப்போது உண்மையைச் சொல்கிறேன். நான் எழுத நினைத்ததை, எழுத விரும்பிய விதத்தை என்னால் அன்று எட்டித் தொட

முடியவில்லை. எண்ணத்தில் இருந்த வடிவமும் தொனியும் எழுத்தில் வரவில்லை. மொழியின் போதாமை. அனுபவங்களின் போதாமை. வாசிப்பின் போதாமை. இரவு பகலாகப் பல மாதங்கள், வருடங்கள் இடைவிடாமல் உட்கார்ந்து எழுதி எழுதிப் பார்த்தும் திருப்தி வரவில்லை. என் தோல்வியை நானே அறிவித்துக்கொண்ட துயரம் நிகரற்றது. அன்று நான் உணர்ந்த அவமானத்தில், யாரையாவது அல்லது எல்லோரையும் மிகப் பெரிய அளவில் தோற்கடித்துவிட வேண்டும் என்ற வெறி ஏற்பட்டது. அதற்காகத்தான் சுமார் பத்தாண்டுக் காலம் புனைவெழுத்தில் இருந்து விலகி, அரசியல் எழுத ஆரம்பித்தேன். முன்னதாக, மொழியின் மீது மேற்கொண்டிருந்த இடைவிடாத பயிற்சி மற்றும் பரிசோதனைகளால் என்னால் என்ன விதமாகவும் எழுத முடியும் என்று தோன்றியது. அரசியல் எழுதவென்றே நான் உருவாக்கிய எள்ளலும் திருகலும் புயல் வேகமும் கொண்ட மொழி, நான் எண்ணிய வண்ணம் வேலை செய்தது. 'அண்டார்டிகா தவிர உலகின் வேறு எந்த மூலைக்குச் சென்று இறங்கினாலும் என்னை அறிந்த ஒரு வாசகராவது அங்கே வரவேற்க இருப்பார்' என்று அகம்பாவத்துடன் நண்பர்களிடம் சொல்லியிருக்கிறேன். அது உண்மையும்கூட.

ஆனால் அந்தப் பத்தாண்டுகளோடு சரி. மிக எளிதாகக் கிடைக்கக்கூடிய எது ஒன்றும் - புகழே ஆனாலும் சரி - நீண்ட நாள் மகிழ்ச்சியளிக்காது. இன்றும் பாராட்டுகிறார்கள். டாலர் தேசம் போல ஒரு அரசியல் வரலாறு கிடையாது. நிலமெல்லாம் ரத்தத்துக்கு நிகராக இன்னொரு மத்தியக் கிழக்கு அரசியல் புத்தகம் கிடையாது. அப்படியா? மகிழ்ச்சி என்று மட்டும்

சொல்லிவிட்டு நகர்ந்துவிடுகிறேன். இன்னும் ஒன்று சொல்லலாம். தமிழ்நாட்டில் புத்தக ராயல்டியால் மட்டுமே கார் வாங்கிய ஒரே எழுத்தாளன் நாந்தான். அந்தளவுக்கு அந்தப் புத்தகங்கள் வருமானமும் தந்தன. கிழக்கு நண்பர்களுக்கு இது தெரியும். ஆனாலும் போதும் என்றுதான் நினைத்தேன்.

இதனை எப்படிப் புரியவைப்பேன்? உழைப்புக்குக் கிடைக்கும் பாராட்டு வேறு. கலையை நாடும் மனம் விரும்புவது வேறு. இரண்டும் தொடர்பற்றவை. எதிரெதிர் எல்லைகள்.

O

ஆனால், பொருளாதார ரீதியில் நான் கவலையற்று இருக்கும்போதுதான் நான் விரும்பியதைச் செய்ய முடியும் என்று தோன்றியது. அன்றே, பார்த்துக்கொண்டிருந்த வேலையை விட்டுவிட்டு, வருமானத்துக்குத் தொலைக்காட்சித் தொடர் என்று முடிவெடுத்தேன். சினிமா என்று சிந்திக்காததுதான் என் வெற்றி. வீடு, கார், ஒன்றுக்கு இரண்டு ஆப்பிள் கம்ப்யூட்டர், ஐபோன், கடனற்ற வாழ்க்கை, பகையற்ற பிழைப்பு.

பத்தாண்டுகளுக்கு முன்னர் விட்ட இடத்தில் இருந்து இப்போது மீண்டும் தொடங்கினேன். உண்மையிலேயே பூனைக்கதை என் மறு பிறப்பு. நான் தோல்வியுற்றுப் போகிறவன் அல்லன் என்று எனக்கே நிரூபித்த நாவல். அது அளித்த நம்பிக்கையில்தான் யதியை, இறவானை எழுதி முடித்தேன். இப்போதும் நான் சீரியல் எழுதுவது குறித்துப் பொது வெளியில் வருத்தப்படும் வாசகர்களைப் பார்த்தால் சிரிப்புத்தான் வரும். முரகாமிக்கும் பாமுக்குக்கும்

விற்பது போலத் தமிழ் எழுத்தாளனுக்குப் புத்தகம் விற்கும்போதுதான் அவன் நாவல் மட்டும் எழுதி வாழ முடியும். இது புரியாமல் தொடர்ந்து கேள்வி கேட்டுக்கொண்டே இருப்போருக்குப் பொதுவாக நான் பதில் சொல்வதில்லை. சீரியல் எழுதுகிற வேறு எத்தனைப் பேர் இப்படித் தொடர்ந்து நாவல் எழுதிக்கொண்டிருக்கிறார்கள் என்று அவர்கள் என்றாவது யோசிப்பார்கள்.

எழுத்தில் எனக்கு உள்ள சவால் ஒன்றுதான். எனக்கு நான் எழுதுவது பிடிக்கவேண்டும்.

எழுதும்போது ஒருவனாகவும் எழுதியதை வாசிக்கும்போது இன்னொருவனாகவும்தான் எப்போதும் இருந்து வந்திருக்கிறேன். இது ஒரு கொடூரமான அனுபவம். இன்னொருவர் நான் எழுதியதைப் படிப்பதற்கு முன்னால் நானே நிராகரித்து அழித்துவிட்டு இரவெல்லாம் அழுவேன். இதனால்தான் எனக்குப் பிடித்து, வெளியிட்டுவிட்ட பிறகு யார் என்ன சொன்னாலும் பொருட்படுத்தாமல் இருக்க முடிகிறது.

O

இவ்வளவு நாள் வாழ்ந்ததில் இன்னும் நிறைய படித்திருக்கலாம். படிப்பின் போதாமை குறித்த குற்ற உணர்ச்சி இருக்கிறது. தமிழிலேயே அசோகமித்திரன், சுந்தர ராமசாமி இருவரை மட்டும்தான் முழுக்கப் படித்திருக்கிறேன்.மாமல்லன் சொல்லி பஷீரைப் படிக்கத் தொடங்கி தமிழில் வந்திருக்கும் அவருடைய அனைத்தையும் படித்தேன். வேறு யாரையும் முழுதாக வாசித்ததில்லை. காந்தி, அம்பேத்கர் எழுத்துகளை முழுவதும் படிக்கவேண்டும் என்று ஆரம்பித்து இரண்டுமே பாதியில் நிற்கிறது. திரு அருட்பா, திவ்ய

பிரபந்தம், சித்தர் பாடல்களில் ஓரளவு நிறையவே படித்திருக்கிறேன். அல் புகாரி (4 பாகங்கள் மட்டும்), முஸ்லிம், திர்மிதி மூன்றையும் பயின்றிருக்கிறேன். யோசித்தால் இன்னும் சில நினைவுக்கு வரலாம். ஆனால் போதாது என்ற எண்ணம்தான் மேலோங்கி இருக்கிறது. எழுதும் யாவருக்கும் அடிப்படையில் ஒரு திமிர் இருக்கும். அதில் பெரும் பகுதியை வாசிப்பே அளிக்கிறது.

O

இதில் ஒரு சிக்கல் உள்ளது. வேறு எந்தப் பணியில் நீங்கள் இருந்தாலும் குடும்பத்துக்கான நேரம், உங்களுக்கான பிரத்தியேக நேரம் என்று சிறிது அமைந்துவிடும். எழுதுவதிலும் படிப்பதிலும் மட்டும் இருப்பவர்களுக்கு அது சிரமம்.ஒரு நாளின் அனைத்து மணித் துளிகளிலும் நான் வீட்டுக்குள்ளேயேதான் இருக்கிறேன். ஆனால் ஒரு நாளும் நான் வீட்டில் இருப்பதாக என் மனைவியோ மகளோ உணர்ந்ததில்லை. நேற்று இரவு நான் வீட்டில்தான் இருந்தேன். என் மனைவியும் மகளும் வெளியே கிளம்பிச் சென்று, கேக் ஆர்டர் செய்து வாங்கி வந்திருக்கிறார்கள். டொமினோஸில் சொல்லி எனக்குப் பிடித்த கார்லிக் ப்ரெட் வரவழைத்திருக்கிறார்கள். (நேற்று நட்சத்திரப் பிறந்த நாள்.) இதை அவர்கள் மறைத்தெல்லாம் செய்யவில்லை. என் விஷயத்தில் அதற்கு அவர்களுக்கு அவசியமே இருப்பதில்லை. கண்ணெதிரே நடந்தாலும் எதையும் கவனிக்காத கயவனாகத்தான் இவ்வளவு காலமும் இருந்து வந்திருக்கிறேன். எப்படி சகித்துக்கொள்கிறார்கள் என்று நினைக்க முடிகிறதே தவிர, எப்படி என்னை மாற்றிக்கொள்வது என்று தெரிவதில்லை.

மகனாக, கணவனாக, தந்தையாக, உறவினனாக, நண்பனாக யாரிடமும் எப்போதும் சரியாக நடந்துகொண்டதில்லை என்ற வருத்தம் இருக்கிறது. ஆனால் என் இயலாமையை வெளிப்படையாக ஒப்புக்கொள்ளும் ஒரு நேர்மை உள்ளது. அதை விழிப்புணர்வுடன் எப்போதும் கவனிக்கிறேன். பத்து காசுக்குப் பிரயோஜனமில்லாத நேர்மை என்றாலும் அதுவும் முக்கியமே அல்லவா?

யோசித்துப் பார்த்தால் என் குடும்பத்தினரிடம் காட்டிய அக்கறையைவிட என்னிடம் பணியாற்றியவர்கள் / பயின்றவர்களிடம் அதிக நேரம் - அதிக அக்கறை செலுத்தியிருக்கிறேன் என்று தோன்றுகிறது. அது ஒரு திருப்திதான். அவர்கள் ஜெயிக்கும்போது அந்தத் திருப்தி முழுமை பெறும்.

O

மீண்டும் ஒரு நாவலுக்குள் தீவிரமாக இறங்கியிருக்கிறேன். ஏற்கெனவே ஆரம்பித்து சுமார் முன்னூறு பக்கங்களுக்கு மேல் எழுதி, ஏதோ இடிப்பதாகத் தோன்றி, கணப்பொழுதில் அழித்துவிட்டு, திரும்ப ஆரம்பித்திருக்கும் நாவல். அழித்து எழுதும் ஆட்டத்தில் என்னை அடித்துக்கொள்ள இங்கே ஆள் கிடையாது. வாழ்க்கை சலிக்காமல் கலைத்துப் போட்டுத்தானே விளையாடிக்கொண்டிருக்கிறது? அந்த ஆட்டத்தை ரசிக்கப் பழகியவனும் அப்படித்தான் இருப்பான்.

www.ingramcontent.com/pod-product-compliance
Ingram Content Group UK Ltd.
Pitfield, Milton Keynes, MK11 3LW, UK
UKHW041951190726
13854UKWH00005B/1901

9 789393 882738